மூன்றாம் ஜிடி

ஷான் கருப்பசாமி

யாவரும்
பப்ளிஷர்ஸ்

The views and opinions expressed in this book are the author's own. The facts contained herein were reported to be true as on the date of publication by the author to the publishers of the book, and the publishers are not in any way liable for their accuracy or veracity.

• மூன்றாம் ஜூடி • நாவல் • ஷான் கருப்பசாமி ©
• முதல் பதிப்பு : ஜனவரி 2023

• Mūṉṟām jūṭi • Novel • Shan Karuppusamy ©
• First Edition : January 2023
• Pages : 168 • Price : ₹ 200/-
• ISBN : 978-93-92876-44-8

Released by :

M/s. Yaavarum Publishers
24, Shop no - B, S.G.P Naidu Complex,
Dhandeeswaram Bus Stop
Opp: Bharathiar Park
Velachery Main Road
Velachery, Chennai - 600 042

90424 61472 / 98416 43380
editor@yaavarum.com
Url : www.yaavarum.com; www.be4books.com

Designed by : Y Creations

All rights, including professional, amateur, motion pictures, recitation, public reading, broadcasting and the rights of translation into foreign languages are strictly reserved. No part of this book may be reproduced in whole or in part or utilized in any form or by any means electronic or mechanical, including photocopying, recording or by any information storage and retrieval system now known or hereafter invented, without the prior written permission of the author/publisher.

அன்பெனும் மொழியில் மட்டுமே உரையாடிய
நான்கு கால் நண்பன் ஸ்டார்க்கியின் நினைவாக...

ஷான் கருப்பசாமி

ஷான் கருப்பசாமி என்ற பெயரில் எழுதி வரும் இவரது இயற்பெயர் சண்முகம். கருப்பசாமி இவரது தந்தையின் பெயர். தாயார் பார்வதி. சென்னையில் ஒரு தனியார் தகவல் தொழில்நுட்ப நிறுவனத்தில் பணிபுரிகிறார். ஈரோடு மாவட்டம், பெருந்துறை அருகே உள்ள தாளக்கரைப்புதூர் இவரது சொந்த ஊர்.

இணையத்தில் தொடர்ந்து எழுதி வரும் இவருடைய கவிதைகள், சிறுகதைகள், கட்டுரைகள் ஆனந்த விகடன், கல்கி, கலைமகள், முல்லைச்சரம், கணையாழி மற்றும் உயிர்மை ஆகிய பல அச்சு இதழ்களிலும் இணைய இதழ்களிலும் வெளியாகியுள்ளன. இணைய எழுத்தாளருக்கான சுஜாதா விருதை 2017ஆம் ஆண்டில் இவர் பெற்றார். தற்போது திரைக்கதை எழுத்தாளராகவும் பணியாற்றி வருகிறார்.

ஓட்டம், சைக்கிள் டிரையத்லான் ஆகியவற்றில் ஆர்வம் கொண்டு பயிற்சிகளிலும் போட்டிகளிலும் ஈடுபட்டு வருகிறார். உள்ளத்தனைய உடல் என்ற உடற்பயிற்சி சார்ந்த இணையக் குழுமத்தை உருவாக்கி நண்பர்கள் துணையுடன் நடத்தி ஆர்வமுள்ளோரை ஊக்குவித்து வருகிறார்.

நூல்கள்:

1. விரல் முனைக் கடவுள் – கவிதைகள்
2. ள் – கவிதைகள்
3. ஆண்ட்ராய்டின் கதை – கட்டுரைகள்
4. எதிரொலிக்கும் அறைகள் – கட்டுரைகள்
5. வெட்டாட்டம் – புதினம்
6. பொன்னி பாகம் 1 & 2 – புதினம்
7. சின்ராசு – உரையாடல்கள்
8. தங்கம் – சிறுகதைகள்

திரைப்படங்கள்:

1. நோட்டா 2. பாவக் கதைகள் (தங்கம்) 3. எனிமி

முன்னுரை

என்னுடைய முதல் நூலுக்கு முன்னுரை வேண்டிப் பலரை அணுகிய போது மறுப்புதான் பதிலாகக் கிடைத்தது. அப்போது கோபமாக வந்தாலும் பிறகு சிந்தித்துப் பார்த்தால் இது போலப் பலரும் அவர்களை அணுகியிருப்பார்கள், நூல் பிடிக்கிறதோ இல்லையோ அதை முழுவதும் படித்து அதற்கு முன்னுரை எழுதும் ஒரு தண்டனையை நட்பின்பால் அவர்கள் மீது திணிப்பது தவறு என்று தோன்றியது. எனவே அன்று முதல் என் நூல்களுக்கு நானே முன்னுரை எழுதுவது என்று முடிவு செய்தேன்.

இப்போது சிந்தித்தால் நூல் தர முடியாத அப்படி என்ன சுவாரசியத்தை முன்னுரை தந்து விடமுடியும் என்ற கேள்வி வருகிறது. எனது அடுத்த நூலில் இதுவும் இருக்காதென்று தோன்றுகிறது. இங்கு நல்ல மீன்கள் விற்கப்படும் என்ற கதை நினைவுக்கு வருகிறதா? மாற்றம்தானே வாழ்க்கையாக நம் முன் நிகழ்ந்து கொண்டிருக்கிறது.

மூன்றாம் ஜூடியை எனது மற்ற நாவல்களைப் போல் நீண்ட ஆராய்ச்சி, தயாரிப்புகள் செய்தெல்லாம் எழுதவில்லை. சிறுகதையாக ஆரம்பித்து இன்னும் இன்னும் தேவை என நீண்டு ஒரு நாவலாக வந்து நின்றிருக்கிறது. இதற்கும் ஆறு மாதங்கள் எடுத்துக் கொண்டேன். நூலை எழுதிய அனுபவம் எனக்குப் புதிதாக இருந்தது. நிறைவாக இருந்தது. வாசித்த அனுபவம் குறித்து நீங்கள் என்ன சொல்வீர்கள் என்று காத்திருக்கிறேன்.

இந்தப் படைப்பின் உருவாக்கத்தில் உடன் நின்ற அனைவருக்கும் எனது அன்பு.

என்றும் மாறா நேசத்துடன்
ஷான் கருப்பசாமி
ஜனவரி 6, 2023

ஜூடி 03

“நான் ஜூடி” என்றபடி பிரகாசமான புன்னகையுடன் கையை நீட்டினாள் அவள்.

என் முகத்தில் அதுவரை இருந்த சிரிப்பு சட்டென்று மறைந்தது. நான் பதிலுக்குக் கை நீட்டாமல் சில நொடிகள் அநாகரிமாக உறைந்து நின்றேன். விழுங்க முடியாத சில நீண்ட நொடிகள் காற்றில் தொற்றி நின்றன. எனக்கும் அவளுக்கும்.

அதைக் கண்டு கையைக் காற்றில் நீட்டியபடி நின்ற அவள் முகமும் மாறியது. புன்னகை சுருக்கி மெல்ல தனது கையைப் பின்னுக்கு இழுக்கத் தொடங்கினாள். என் தவறு புரிந்து அவசரமாக என் கையை நீட்டி அவள் கையைப் பற்றிக் கொண்டேன். அந்தக் கையின் நிறமும் குளிர்ச்சியும் தோல் சீவிய வெள்ளரிப் பிஞ்சைப் பற்றியது போலிருந்தது. ஆனால் அவள் என் கையை உறுதியாகப் பற்றவில்லை.

“சாரி... ஐ அம்.. அ... பிரபு” என்றேன் தட்டுத் தடுமாறி.

“ஓவ்.. ஈஸ் எவ்ரிதிங் ஓகே?” என்றாள் சந்தேகமாக. சிரிப்பு பழைய அளவை இன்னும் அடையவில்லை. அவள் கண்களில் கேள்விகள்.

“யெஸ்.. யெஸ்.. வேற ஏதோ ஞாபகம்...” என்று ஏதோ முனகியபடி அவள் பார்வையைத் தவிர்த்து அவளை வழி நடத்தி மான்ஹாட்டனில் புகழ் பெற்ற அந்த இத்தாலியன் உணவகத்தினுள் நுழைந்தேன்.

அமெரிக்காவில் வாழ்ந்து டாலர்களில் போதுமென்ற அளவு சம்பாதித்தாலும் சொந்தக்காசில் அங்கே சாப்பிடுவதெல்லாம் என்னைப் போன்ற மஞ்சநாயக்கன்பட்டி வளர்ப்புக்கு

எப்போதுமே அதிர்ச்சி தரும் விஷயம்தான். ஆனால் இந்த விருந்து அலுவலக செலவுதான். எங்கள் பன்னாட்டு மென்பொருள் நிறுவனத்தின் பிரிட்டன் அலுவலகத்திலிருந்து சில மில்லியன் டாலர்கள் மதிப்புள்ள புராஜக்டுக்காக ஒரு அணி வந்து இறங்கியிருந்தது. அவர்களோடுதான் அடுத்த ஆறு மாதங்கள் எங்கள் வேலை. அதற்கான அறிமுக சந்திப்புதான் இது. நான்கு வாரங்கள் தங்கியிருந்து திட்டங்கள் தயாரித்த பிறகு திரும்பவும் லண்டனுக்குச் சென்றுவிடுவார்கள். நாங்கள் நான்கு பேர். எல்லோரும் ஆண்கள். அவர்கள் ஐந்து பேர். ஐந்தில் இரண்டு பெண்கள். அவர்களில் ஒருத்திதான் என் முன்னே நடந்து கொண்டிருந்த ஜூடி. பிரிட்டன்வாசி என்றாலும் அவளிடம் ஒரு இந்தியத்தன்மை இருந்தது. அவளுடைய பெற்றோர்கள் இத்தாலியர்களாக இருக்கலாம். கருமையான கூந்தல் நீண்டு தோள் வரை தொங்கியது. அளவான உயரமும் அதற்கேற்ற உடல்வாகும் என்று அங்கே இருந்த சிலரது கழுத்துகளை அவள் திரும்பிப் பார்க்க வைத்தாலும் என்னை அசைத்துப் பார்த்தது அந்தப் பெயர்தான். இப்படியெல்லாம் ஒருவர் வாழ்க்கையில் நடக்க முடியுமா என்று என்னை நானே கேட்டுக் கொண்டபடி அவள் பின்னால் நடந்து கொண்டிருந்தேன்.

ஒருவருக்கொருவர் அறிமுகங்கள் முடிந்து மேசையெங்கும் உணவு அடுத்தடுத்த தட்டுகளாக வந்து இறங்கியபடி இருந்தது. சொல்லி வைத்தது போல் ஜூடி எனக்கு நேர் எதிரில் அமர்ந்து கொண்டிருந்தாள். முகத்தில் சரியும் கூந்தலை அவ்வப்போது ஒதுக்கியபடி அலை பாய்ந்த அவள் திராட்சைக் கண்கள் என் முகத்தில் அடிக்கடி நின்று பிறகு கடப்பதை நான் கவனித்திருந்தேன். இந்தியப் பெண்களிடம் கண் நோக்க காணக் கிடைக்கும் வெட்கம் கூச்சம் போன்றவையெல்லாம் அவளிடம் எதிர்பார்க்க முடியாதென்பதால் நான்தான் சற்றுக் கூச்சமாக உணர்ந்தேன்.

இத்தனைக்கும் அவளுக்கு என்னைப் பிடித்துப் போய் பார்ப்பதாக எனக்குத் தெரியவில்லை. அவள் பெயரைக் கேட்டதும் நான் காட்டிய நாடகத்தனமான அதிர்ச்சி காரணமாக இருக்கலாம். அல்லது அதன் பிறகு அவளையே சுற்றி வரும் என் கண்கள் காரணமாக இருக்கலாம்.

சிறு வயதிலிருந்தே கூட்டத்தில் எப்படி நடந்து கொள்வதென்பது எனக்குப் பிரச்சனைதான். எந்த அளவு பக்குவமாக நடந்து கொள்ள முயற்சிக்கிறேனோ அந்த அளவுக்கு ஏதாவது எக்குத்தப்பாக பேசியோ அல்லது செய்தோ சொதப்பி வைப்பேன். படபடப்பில் ஒரு ஸ்பூனையோ கோப்பையையோ கீழே போட்டு விடுவேன் அல்லது ஒயின் கோப்பையைக் கவிழ்த்து அனைவரையும் சிதறி ஓட வைப்பேன். ஆனால் கடந்த பதினைந்து ஆண்டுகள் இப்படியான சம்பிரதாய சந்திப்புகளுக்கிடையே வாழ்ந்து பழகிவிட்டதால் இப்போது அத்தனை பதற்றம் இல்லை. விருந்துகளுக்கும் சந்திப்புகளுக்கும் அங்கே நடக்கும் வணிகம் சார்ந்த வெற்று உரையாடல்களுக்கும் ஓரளவு பழகியிருந்தேன்.

வாழ்க்கையில் உயரே செல்லச்செல்ல ஒவ்வொரு நாளும் அதன் செயல்பாடுகளும் முன்கூட்டியே எழுதி வைக்கப்பட்ட சுவாரசியம் இல்லாத பட்டியலைப் போல் ஆகி விடுகின்றன. எந்த ஒரு கூட்டத்திலும் பேசப்படும் மொத்த சொற்களில் என் பங்கு மிகவும் குறைவாகத்தான் இருக்கும். பேசவே சலிப்பாக இருக்கும். ஆனால் இன்று அப்படியல்ல. ஜூடி என்ற பெயர் அப்படியல்ல. இதுவரையிலான என் வாழ்க்கையின் கொஞ்சமே கொஞ்சம் கிடைத்திருந்த ஆகப் பெரிய சுவாரசியங்களோடு அந்தப் பெயர் பிணைந்திருந்தது.

“யெஸ் பிரபு.. உன்னைப் பற்றி லண்டன் அலுவலகத்தில் நிறைய கேள்விப்பட்டிருக்கோம். உன்னுடைய அனலிடிக்ஸ் மாட்யூல் பற்றிதான் பாஸ் எப்பவும் பேசிட்டு இருப்பார். அதை உதாரணமா சொல்லாம அவரால ஒரு மீட்டிங்கை முடிக்கவே முடியாது. அவர் உன்னைத் திருமணம் செய்து கொள்ள ப்ரபோஸ் செய்தாலும் செய்வார் என்று கிண்டலடிப்போம்”

லண்டன் குழுவில் வந்திருந்த பேட்ரிக் இதை சொன்னபோது அனைவரும் சிரித்தார்கள். ஜூடி ஒரு புன்னகையோடு என்னை நிமிர்ந்து பார்த்தாள். டெக்னாலஜியில் நான் கொஞ்சம் கில்லிதான். வெறித்தனமான ப்ரோக்ராமர் என்று கூட சொல்லலாம். குழுவாக வேலை செய்தால் இரண்டு வருடங்கள் பிடிக்கும் என்று சொல்லப்பட்ட அந்த அனலிடிக்ஸ் மாட்யூலை

தனி ஒருவனாக இரண்டு மாதத்தில் எழுதிக் கொடுத்தேன். அது வெளியான நாளில் நிறுவனமே கலகலத்துப் போனது. சிடிஓ எனப்படும் தலைமைத் தொழில்நுட்ப அதிகாரி என் இடத்துக்கு வந்து என்னைக் கட்டிக் கொண்டார்.

ஆனால் இந்தப் புகழ்ச்சி எதுவும் அந்த நேரத்தில் என் மண்டையில் ஏறவில்லை. ஒரு சம்பிரதாயத்துக்கு அடக்கமாக சிரித்தபடி பொன்னிறமாக வறுக்கப்பட்டிருந்த இறால் ஒன்றை தட்டில் வைத்து ஃபோர்க்கால் குத்திக் கொண்டிருந்தேன். ஜூடி கூர்மையான அந்தக் கண்களால் என்னை குத்திக் கொண்டிருந்தாள். 'இதுவரை இல்லாத உணர்விது' பாடல் மண்டைக்குள் ஓடியது. சற்று அளவுக்கு அதிகமாகவே அவளைப் பார்த்துக் கொண்டிருந்தேன் என்பதால் நான் எதிர்பார்த்தது போலவே ராகவன் இதை கவனித்துவிட்டான்.

அலுவலகத்திற்கு லண்டனில் இருந்து ஒரு குழு வருகிறது என்றவுடன் என்னை விட உற்சாகம் அடைந்தது ராகவன்தான்.

"அந்த க்ரூப்ல ஒரு பொண்ணு இருக்கா. வீடியோ கால்லயே அவ்வளவு அழகா இருந்தா. இன்னும் கல்யாணம் ஆகலையாம். பேரு என்னவோ சொன்னா நான் மறந்துட்டேன். அவளும் வராளாம். நீயும் ஒத்தைக் கட்டையாவே எத்தனை நாள் இருப்பே?"

அவன் அப்படித்தான். ராகவன் என் மிக நெருங்கிய நண்பன். தூத்துக்குடிக்காரன். என்னோடு எட்டு ஆண்டுகளாக வேலை செய்து கொண்டிருக்கிறான். கோடு போட்டது போல் நேர்த்தியாக வீடு, மனைவி, மக்கள் எனும் வாழ்க்கை. நான் இன்னும் திருமணம் செய்து கொள்ளவில்லை அல்லது ஒரு துணையுடன் இல்லை என்பது குறித்து அவனுக்குப் பெரும் கவலை இருந்தது. என் சுதந்திரத்தின் மீது பொறாமையாகவும் இருக்கலாம். ஆனால் சந்தேகமில்லாமல் பாசக்கார நண்பன்.

"ஆமா.. அவ என்னைப் பாத்து ரொமான்ஸ் பண்றதுக்குத்தான் லண்டன்ல இருந்து வராளா? நீ ஏன்டா இப்படி இருக்கே? நேத்து பண்ண ப்ரொடக்ஷன் மூவ்மென்ட்ல எக்கச்சக்க பிரச்னையாம். நீதானே டெஸ்டிங் லீட். உன்னைத்தான் தேடிட்டு இருக்காங்க.. போ"

"அவிங்களுக்கு எப்பதான் பிரச்னை இல்லை? நான் என்ன

சொல்லிட்டு இருக்கேன் நீ என்ன பேசிட்டு இருக்கே? இப்படி வேலை வேலைன்னு மட்டும் இருக்காதேடா.. அப்புறம் உன்னோட ப்ரொடக்ஷன் மூவ்மெண்ட் நின்னு போயிரும்"

"அதான் லண்டன்ல இருந்து ஒருத்தி வராளே... பாத்துக்கலாம்"

நான் கிண்டலாக அப்படிச் சொன்ன போது இப்படி ஒரு அழகி லண்டனிலிருந்து வருகிறாள் என்று தெரியாது. இன்று நேரில் சந்தித்துக் கை குலுக்கும் வரை அவள் பெயர் ஜூடி என்றும் தெரியாது.

முந்நூறாவது முறையாக அவளைப் பார்த்தேன். என்னை அடிக்கடி கேள்வியாக கவனித்து மீளும் அந்தக் கண்களை என்னால் தவிர்க்க முடியவில்லை. அவளுடனான முதல் சந்திப்பை எப்போதும் போல் என்னால் முடிந்த அளவு சொதப்பியிருக்கிறேன் என்று மட்டும் புரிந்தது. பொதுவாக இப்படி சொதப்பல்களுக்காக அலட்டிக் கொள்ள மாட்டேன். ஆனால் இன்று என்னை நினைத்து எனக்கே கோபம் வந்தது.

ராகவன் என்னைப் பார்த்து "எப்படி?" என்பது போல் புருவத்தை உயர்த்தி தலையை அசைத்து சைகை செய்தான். நான் அவனைப் புறக்கணித்து எனது தட்டில் சுருண்டிருந்த இறாலை இன்னொரு முறை கொத்தினேன். ஒரு பெண்ணைப் பார்த்ததுமே அவள் அழகில் மயங்கும் டைப் நான் இல்லை. ஆனாலும் இந்த ஜூடி என்னை ஏதோ செய்கிறாள் என்று மட்டும் தெரிந்தது. அதற்குக் காரணம் அவளா அவளது பெயரா என்று இன்னும் என்னால் பிரித்துப் பார்க்க முடியவில்லை.

என் வாழ்க்கையில் நான் முதலில் சந்தித்த ஜூடி தவிர்க்க முடியாமல் இப்போது நினைவுக்கு வந்தாள். முன்பொரு காலத்தில் என்னை அணைத்தது போல் என் பின்பக்கம் நெருங்கி நின்றுகொண்டு என் கையைப் பிடித்து கத்தியும் முள்கரண்டியும் வைத்து எப்படி சாப்பிடுவதென்று சொல்லித் தந்தாள். தன் கன்னத்தை என் கன்னத்தின் அருகில் வைத்து அவள் நின்ற தருணமும் அந்த சுருட்டை முடியும் மின்னும் சிறு கண்களும் நினைவுக்கு வந்து போயின. அவளைச் சந்திப்பதற்கு முன் நானொரு சிறு நகரத்து இளைஞன். எதைப் பார்த்தாலும் மிரண்டு போகும் ஒரு மனம் எனக்கு இருந்தது.

குறிப்பாக பெண்கள். அந்த மிரட்சியை ஓரளவாவது போக்கிய தேவதை அவள்தான். என்னாலும் ஒரு பெண்ணின் நேசத்தைப் பெற முடியும் என்ற நம்பிக்கையைத் தந்தவள். அதே நேரத்தில் ஒரு பிசாசைப் போல் என்னைப் பிடித்துக்கொண்டு அதிகமாக ஆட்டி வைத்தவளும் அந்த ஜூடி தான்.

ஜூடி 03

“பிரபு... லெட்ஸ் கோ” என்ற ராகவனின் குரல் என்னை நிகழ்காலத்துக்கு இழுத்து வந்தது. ராகவனுக்கு அருகே ஜூடி மட்டும் ஒரு புன்னகையுடன் நின்றிருந்தாள். சுற்றிலும் பார்த்தேன். இரவு உணவு முடிந்து குழுப் புகைப்படம் எடுத்துக் கொண்டு பிறகு செல்ஃபிகளோடு அனைவரும் சிரிப்பும் கொண்டாட்டமுமாக விடைபெற்றுக் கொண்டிருந்தார்கள். அங்கே நான் மட்டும்தான் வேப்பிலை அடித்தது போல் திரிந்து கொண்டிருந்தேன் போல. அதனால் ஜூடி இன்னும் என்னை ஒரு கேள்வியுடன்தான் பார்த்துக் கொண்டிருந்தாள்.

எனக்கு அவளை ஏனோ அத்தனை பிடித்திருந்தது. இத்தனைக்குப் பிறகும் இன்னொரு ஜூடி என் வாழ்க்கையில் தேவையா என்று பயமாகவும் இருந்தது. கூடவே ஒரு பரவசமும் இருந்தது. ஜூடிகள் என்னில் அப்படி ஒரு குழப்பத்தை ஏற்படுத்தக் கூடியவர்கள். ராகவன் ஒரு நண்பனாக என் குறிப்பறிந்து தன் பங்குக்கு வேலை பார்த்து வைத்திருந்தான்.

“பிரபு. என்னை வீட்டுல டிராப் பண்ணிட்டு அப்படியே உன் வீட்டுக்குப் போற வழியில் ஜூடியை ஹோட்டல்ல ட்ராப் பண்ணிடுவியாம். மத்தவங்களை எல்லாம் ஜிம் அவன் வண்டியில் கூட்டிட்டுப் போறான்”

“அவ ஹோட்டல் என் வீட்டுக்குப் போற வழியில் எங்கேடா இருக்கு?” என்றேன் அப்பாவித்தனமாக.

“மூடிட்டு வாடா” என்றான் ராகவன் புன்னகையை மாற்றாமல்.

ஜூடியின் ஹோட்டல் நான் போகும் வழியில் எல்லாம் இல்லை. ராகவன் புளுகியிருக்கிறான். அவளை விட்டுவிட்டு

பாதி தூரம் அதே சாலையில் என் வீட்டுக்கு நான் திரும்பி வர வேண்டும். பொதுவாக எனக்கு இந்த டிரைவர் வேலை பிடிக்காது. ஆனால் இன்று ஜூடிக்காக துருவம் வரை கார் ஓட்டிச் செல்லவும் தயாராக இருந்தேன். நாங்கள் தனியாக இருக்கும்போது கண்டிப்பாக நான் நடந்து கொண்ட விதம் குறித்து ஜூடி பேசுவாள் என்பதுதான் கொஞ்சம் தயக்கமாக இருந்தது. ஆனால் அவளோடு தனியாக ஒரு அரைமணி நேரம் கிடைக்கும் என்பது என் இதயத் துடிப்பை அதிகரித்திருந்தது.

ஜூடி என்ற பெயருக்கும் எனக்கும் இருக்கும் பந்தம் குறித்து ராகவனுக்கும் தெரியும். அதனால்தான் அவனும் இத்தனை உற்சாகம் அடைந்திருந்தான். ஒரு வால் நட்சத்திரம் போல் ஜூடிகள் என் வாழ்வில் ஒவ்வொரு முறை தோன்றும் போதெல்லாம் என் வாழ்க்கை சட்டென்று சுவாரசியமடைந்து விடுகிறது.

இப்போது மணக்க மணக்க எனக்கு வலது புறம் கைக்கெட்டும் தொலைவில் அமர்ந்து தனது ஐபோனில் ஏதோ பார்த்துக் கொண்டிருக்கிறாள் ஜூடி. அவள் காதுகளில் இரண்டு சிறு வெள்ளிச் சதுரங்கள் ஒன்றினுள் ஒன்று பிணைந்து தொங்கி ஆடிக் கொண்டிருந்தன. அவளை இறக்கி விட குறைந்தது இன்னும் முக்கால் மணி நேரம் ஆகும் என்று காட்டியது கூகுள். எப்போதும் எரிச்சல் தரும் மன்ஹாட்டனின் போக்குவரத்தை அப்போது அவ்வளவு நேசித்தேன்.

ராகவன் என் தோளில் தட்டி விஷமத்தனமாக புன்னகைத்தான். ஜூடிக்குப் புரியக் கூடாதென்று தமிழில் பேசினான்.

"மச்சி.. மறந்துடாதே. இதுக்கு நீ என்னை தனியா கவனிக்கணும்... ஜிம் வண்டில இடம் இருந்தது.. அவன் வேற இவளையே கட்டம் கட்டி சுத்தி சுத்தி வந்தான். நீ வேற இவளைப் பாத்துட்டு மந்திரிச்சு விட்டது மாதிரி சுத்திட்டு இருந்தியா... அதனால பிரபு எங்களை ட்ராப் பண்ணிடுவான்னு சொல்லி கூட்டி வந்திருக்கேன்"

"நீ செய்யறதுக்கு தமிழ்ல என்ன பேரு தெரியுமா ராகவா?" என்றதும் ராகவன் சிரிப்பு மறைந்து முறைத்தான்.

"பரவால்லடா.. அப்படியே இருந்துட்டுப் போறேன்.. ஆனா

நீ இதை சொதப்பிடாதே... நாளைக்கு இவ ஆஃபீஸ் வந்துட்டா ஜிம் ஒரே நிமிஷத்துல உஷார் பண்ணிட்டுப் போயிருவான். அவனைப் பத்தி உனக்கே தெரியும். உனக்கு இந்த முக்கால் மணிநேரம் தான் விண்டோ" என்றான் தமிழில். ஜிம் கொஞ்சம் அப்படியானவன்தான்.

ஜூடி இருக்கும்போது நாங்கள் இருவரும் இப்படித் தொடர்ந்து தமிழில் பேசிக் கொண்டிருப்பது அநாகரிகமாகப்பட்டது. சங்கடமாக அவளைப் பார்த்தேன். திடீரென்று ஒரு அச்சமும் ஏற்பட்டது. ஒரு வேளை அவளுக்கு ஏதாவது அரைகுறை தமிழ் தெரிந்திருந்தால்?

"அவளுக்குத் தமிழ் தெரியாதாம். ஏற்கனவே கேட்டுட்டேன்" என்றான் ராகவன். நாங்கள் பேசுவது புரிந்தது போல் அவள் புன்னகைத்தாள்.

"நோ நோ.. நீங்க பேசுங்க... ட்டமில் கேக்கவே நல்லா இருக்கு. ஒரு மியூசிக் மாதிரி" என்றாள். அவள் இப்படி சொன்னதுமே நான் உற்சாகமடைந்தேன். ராகவன் முகம் இருண்டது. ஏனென்றால் அடுத்து என்ன வருகிறதென்று அவனுக்குத் தெரியும்.

அடுத்த பத்து நிமிடங்கள் மடை திறந்தது போல் உற்சாகமாக தமிழைப் பற்றியும் அதன் தொன்மை பற்றியும் ஆங்கிலத்தில் விளக்கினேன். சங்க இலக்கியங்களின் ஆழம், திருக்குறளின் பெருமை என்று ஒரு சுற்று வந்து நிறுத்தினேன். ஜூடி விழி விரித்துக் கேட்டுக் கொண்டாள்.

"அவ்வளவு பழைய மொழியா?"

"ஆமாம்.. பழைய மொழி என்பதில் யாருக்கும் சந்தேகம் இல்லை. எவ்வளவு பழையதுன்னுதான் இப்போ சண்டை. இலக்கணம் என்பது ஒரு முழுமையான முன்னேறிய மொழியின் அடையாளம். தொல்காப்பியம்னு ஒரு இலக்கணப் புத்தகம். அது எந்தக் காலம்னு பாத்தா.."

ராகவன் எரிச்சலுடன் குறுக்கிட்டான். இப்போது தமிழில்.

"இப்படியே அடுத்த அரைமணி நேரம் பேசிட்டு இரு. அப்புறம் உன்னோட மூணு பெட்ரூம்லயும் தினம் ஒண்ணுன்னு

நீதான் தனியாப் படுத்துக்கணும். என் வீடு வந்துரும்.. என்னை இறக்கி விட்டுட்டு நீ எப்படியோ ஒழி"

"வாட் பெட்ரூம்?" என்றாள் ஜூடி அழகாக கண்களை சுருக்கி. ராகவன் ஆங்கிலத்துக்கு மாறினான்.

"ஒண்ணும் இல்லை... நம்ம பிரபு இருக்கான்ல. அவன் வீட்டுல நிறைய இடம் இருக்கு. ஆனா ஒத்தையா தனியாதான் இருக்கான். நீங்க எல்லாம் அங்கேயே கூட தங்கியிருக்கலாம். அவனுக்கும் பேச்சுத் துணையா இருந்திருக்கும்"

அவள் சிரித்தாள்.

"உங்கள் நண்பர் என்னைப் பார்த்ததற்கே ஏதோ பேயைப் பார்த்தது போல் ஆகி விட்டார். கூடவே தங்கினால் இனி என்ன ஆவார்?"

அதன் பிறகு ராகவன் தன் பங்குக்கு ஆரம்பித்து விட்டான். என்னைப் பற்றியும் கடந்த ஆறு வருடங்களாக நடக்கும் என்னுடைய பெண் தேடும் படலம் குறித்தும் அதில் நடந்த சுவாரசியமான விபத்துகள் குறித்தும் நிறுத்தாமல் பேசிக் கொண்டிருந்தான். இந்தத் தலைப்பில் பேச ஆரம்பித்துவிட்டால் அவன் வாயை மூட முடியாது.

"இவனுக்கு எப்படியாவது கல்யாணம் பண்ணி வெச்சுடணும்னு இவன் அம்மாவும் அப்பாவும் முயற்சி செஞ்சாங்க. ரொம்ப காலமா போக்குக் காட்டிட்டே வந்தான். இவனும் யாரையும் காதலிச்சு இவள்தான் வேணும்னு சொல்லலை. அதனால அவங்க ஊர்ல பொண்ணு பாக்க ஆரம்பிச்சாங்க. ஆனால் எந்தப் பொண்ணைப் பாத்தாலும் இது சரியில்லை அது சரியில்லைன்னு தட்டிக் கழிச்சுட்டே இருந்தான். கடைசியில கடுப்பாகி இங்கே அமெரிக்காவில் பார்க்கச் சொன்னாங்க"

நிச்சயித்த திருமணம் என்ற ஒரு நடைமுறையே அவளுக்கு ஆச்சரியமாக இருந்தது. அவளால் அப்படி ஒன்று இன்னும் பெருமளவில் நடக்கிறது என்பதை அவளால் நம்பவே முடியவில்லை.

"ஆள் பாக்க ஸ்மார்ட்டா இருக்கான்னு பொண்ணுங்க கிட்ட

வருவாங்க. அப்படி இப்படின்னு டின்னர் வரைக்கும் போகும். அப்படியே வாயைத் திறக்காமல் உட்கார்ந்து இருப்பான். ஆனா பேச்சு மட்டும் தப்பித்தவறி இவன் வேலை பத்தியோ தமிழ் பத்தியோ போயிட்டா போதும். சின்ராசைக் கைல புடிக்கவே முடியாது. அதுக்கு அப்புறம் இவன் பேசறதை மட்டும் தனியா ரெக்கார்ட் பண்ணி கேட்டா செமினார் ஹால்ல உட்கார்ந்து லெக்சர் கேக்கற மாதிரிதான் இருக்கும். டின்னர் டேட்ல பாதியில ரெஸ்ட்ரூம் போயிட்டு வரேன்னு சொல்லிட்டு பல பேர் எழுந்து ஓடிருக்காங்க. அவங்களுக்கு ஆர்டர் பண்ணதையும் சேர்த்து பார்சல் பண்ணிட்டு சார் வீடு வந்து சேருவார். இப்படித்தான் ஒரு டாக்டர் பொண்ணு...''

ஒவ்வொரு சம்பவத்துக்கும் ஜூடி காரையே இரண்டாக்கி விடுவது போல சிரித்தாள். சிரிக்கும்போது தெரியும் பல் வரிசையில் நடுப்பற்கள் மற்ற பற்களை விட இரண்டு மில்லிமீட்டர் அளவு நீண்டிருந்தன. அந்த முயல்குட்டித்தனமான சிரிப்பை ரசித்துக் கொண்டிருந்ததில் என்னைத்தான் அவர்கள் கேலி செய்கிறார்கள் என்பதெல்லாம் உரைக்கவே இல்லை. மாறாக ஜூடியின் அருகாமையில் மிதந்து கொண்டிருந்தேன்.

நல்ல வேளையாக ராகவனின் வீடு வந்துவிட்டது. பாதிதான் சொல்லியிருப்பதாகவும் மீதியை மறுநாள் சொல்வதாகவும் சொல்லிவிட்டு அவன் இறங்கிக் கொண்டான். ஜூடி தன்னுடன் வருகிறாள் என்று ராகவன் சொல்லியிருந்ததால் ராகவனின் மனைவி ஜோதி குளிருக்குப் போர்த்தியபடி வெளியே நின்றாள். நேரம் பதினொன்றை நெருங்கிக் கொண்டிருந்தது. ராகவன் ஜூடியை ஜோதிக்கு அறிமுகம் செய்து வைத்தான். அவள் ஒரு பெரிய வங்கியில் ஆடிட்டர். வீட்டிலிருந்தபடி வேலை. அடுத்த சனிக்கிழமை ஜூடியைத் தன் வீட்டில் டின்னருக்கு வரும்படி அழைத்தாள் ஜோதி.

"அந்த நாளில் வேறு எந்த ப்ரோக்ராமும் வெச்சுக்காதே ஜூடி'' என்றாள் ஜோதி கண்டிப்பாக.

"ஹவ் நைஸ் ஆஃப் யூ? உங்கள் ஊர் சாப்பாடு போடுவீர்களா?''

"அவ்வளவுதானே? ஜமாய்ச்சுடுவோம். நீ வந்தால் போதும்'' என்றாள் ஜோதி.

"ஆமாமா.. சமைக்கப் போறது நான்தானே" என்று முனகினான் ராகவன். ஜோதியின் முறைப்பைப் பார்த்து பேச்சை மாற்றினான்.

"அதெல்லாம் நம்ம பிரபு நேரத்துக்குப் போய் கூட்டிட்டு வந்துடுவான்.. இல்லடா?" என்று சற்று பலமாகவே என் முதுகில் தட்டிய ராகவனின் குரலில் இருந்த கிண்டலைப் புறக்கணித்து வாகனத்தைத் திருப்பிக் கொண்டு வந்து மீண்டும் நெடுஞ்சாலையில் ஏறினேன்.

எனக்கு ஒரு காதலியையோ மனைவியையோ எப்படியும் தேடிப் பிடித்துவிட வேண்டும் என்ற ராகவனின் துடிப்புக்குக் காரணம் இல்லாமல் இல்லை. சில வருடங்கள் முன்பு இந்தியாவில் இருந்த என் பெற்றோரிடம் எனக்குப் பெண் பார்த்து மணம் முடிப்பதாக அவன் வாக்குக் கொடுத்திருந்தான். என் அப்பாவும் அம்மாவும் என்னைவிட அவனைத்தான் அதிகம் நம்பினார்கள்.

நான்தான் எதற்கும் பிடி கொடுக்காமல் சுற்றிக் கொண்டிருந்தேன். ஆன்லைன் டேட்டிங், மேட்ரிமோனி என்று எல்லாமே ஒரு சுற்று வந்தாகிவிட்டது. நிறையப் பேர் ஆர்வம் காட்டினார்கள். வெவ்வேறு அளவுகளில், நிறங்களில், குணங்களில். எனக்குத்தான் ஏனோ யாரையுமே பிடிக்கவில்லை. அலுவலகத்திலும் சுற்று வட்டாரத்திலும் அறிமுகமான சில இந்தியப் பெண் நட்புகள் அரைகுறையாக முடிந்து போயின. நாட்கள் செல்லச் செல்ல ராகவன் பொறுமையிழந்து கொண்டிருந்தான்.

"ஃபர்ஸ்ட் இம்ப்ரெஷன்தான் வழக்கமா ரொம்ப கஷ்டம். ஆனா உன்னோட உருவம், வேலை, சம்பாத்தியம் இதெல்லாம் சரியா இருக்கு. ஆனா உன் பக்கத்துல வந்ததும் அந்தப் பொண்ணுங்களை எப்படியோ உன்னை வெறுக்கற மாதிரி பண்ணிடறே? எப்படிடா?"

"விடுடா... ஒரு புத்தர் விவேகானந்தர் மாதிரி நானும் வாழ்ந்துட்டுப் போறேன்"

"அப்புறம் எதுக்குடா மூணு பெட்ரூம் வெச்சு வீடு வாங்கியிருக்கே?"

"லோன் கிடைச்சுது வாங்கித் தொலைச்சுட்டேன். அதுக்குன்னு மூணு கல்யாணம் பண்ண முடியுமாடா?"

தலையில் அடித்துக் கொள்வான். நான் இனிமேல் ஒரு பெண்ணிடம் மனதைப் பறிகொடுத்து பைத்தியமாகி உருக முடியும் என்ற நம்பிக்கையை எப்போதோ அவன் இழந்திருந்தான். எனக்குப் பெண் பார்க்கும் படலத்தில் ஆறு வருடங்களாக அலைந்ததில் அமெரிக்காவின் கிழக்குக் கடற்கரை பகுதியில் கிட்டத்தட்ட திருமண ப்ரோக்கராகவே மாறியிருந்தான். வேறு பலர் அவனை அணுகத் தொடங்கியிருந்தார்கள். என்னை விட்டுவிடு என்று சொன்னாலும் கேட்க மாட்டான். அவனை நினைத்து எனக்குப் பாவமாக இருந்தாலும் ஒரு நண்பனாக அவன் என் மீது காட்டும் அக்கறை பிடித்திருந்தது. புலம் பெயர் மக்களுக்கு நண்பர்கள்தான் எல்லாமே. மரித்துக் கிடந்தால் முதல் மாலை அவர்களுடையதாகத்தான் இருக்கும்.

என் ஜோடிகள் குறித்து அவனுக்கும் சொல்லியிருந்தேன். இரண்டாம் ஜோடியைப் பற்றி அவனிடம் சொன்னபோது அவளைப் போல ஒரு பெண் கிடைத்தால் உடனே சம்மதிப்பதாக சொல்லியிருந்தேன்.

"நீ சம்மதிப்பே... அவ சம்மதிக்கணுமே. கொஞ்சம் இறங்கி வாடா... விரும்புனது கிடைக்காவிட்டால் கிடைச்சதை விரும்பக் கத்துக்கோன்னு தலைவர் சொல்லியிருக்கார்" என்பான்.

இந்த நேரத்தில்தான் என் வாழ்க்கையில் ஒரு மின்னல் போல மூன்றாம் ஜோடி நுழைந்திருக்கிறாள். இது வரை இன்பம் துன்பம் என்று இரண்டிலுமே அதீதத்தைக் காட்டியவர்கள் என் ஜோடிகள். இதோ மூன்றாம் ஜோடி எனக்கு அருகே கைக்கெட்டும் தொலைவில். அவள் என்னை என்ன செய்யக் காத்திருக்கிறாளோ?

ஒருவேளை நான்தான் அதீதமாக கற்பனை செய்து கொள்கிறேன் என்றும் தோன்றியது. எதுவும் நடக்கலாம். இந்த ஜோடி வந்த சுவடே தெரியாமல் என் வாழ்க்கையிலிருந்து மறைந்து போய் விடலாம். நான் மீண்டும் எனது தனிமை வாழ்க்கையைத் தொடரலாம். என்னென்னவோ யோசித்தபடியே

நெடுஞ்சாலையில் அவள் தங்கியிருந்த ஓட்டலை நோக்கி காரை செலுத்திக் கொண்டிருந்தேன். ஐபோன் வழியான ப்ளூடூத் இணைப்பில் ஏதோ ஒரு மேற்கத்திய இசை காருக்குள் ஒலித்துக் கொண்டிருந்தது.

பக்கவாட்டில் அவளைப் பார்த்தேன். தன்னுடைய ஆப்பிள் வாட்சை விரல்களால் தேய்த்து எதையோ பார்த்துக் கொண்டிருந்தாள். நகப்பூச்சுகள் கண்ணாடி போல் பளபளத்தன. சந்தித்து நான்கு மணி நேரம்தான் ஆகியிருக்கும் என்றாலும் அவள் இடது கரத்தை இறுகப் பற்றிக் கொள்ள வேண்டும் என்று மனம் படபடத்தது.

"நீ எப்போதும் இப்படி வேகமாத்தான் கார் ஓட்டுவாயா?" என்றாள் ஜூடி திடீரென்று மௌனம் கலைத்து.

"இல்லை. உனக்குத் தாமதம் ஆகிறதே? அதுதான்"

"தாமதம் என்று நான் எப்போது சொன்னேன்? மெதுவாகவே போ. அப்படி ஓட்டும்போதுதான் உன்னுடைய ட்ரைவிங் ஸ்டைல் எனக்குப் பிடித்திருக்கிறது" என்றாள்.

"தேங்க்ஸ்" என்றேன் சற்று வேகம் குறைத்து. மறுபடி சில நொடிகள் அமைதி. ஏதோ ஒன்றைச் சொல்லி அவளை ஒரு உரையாடலுக்குள் இழுக்க வேண்டும் என்று எனக்கும் ஆசைதான். ஆனால் சொற்கள் எதுவும் பிடிபடவில்லை. பிடிபட்ட சொற்களையும் அவள் என்ன நினைப்பாள் என்று நானே நிராகரித்துக் கொண்டிருந்தேன். அவளே மறுபடி ஆரம்பித்தாள்.

"உன்னை நான் ஒன்று கேட்கலாமா?"

இந்தக் கேள்வி வருமென்று சற்று நேரமாகவே நான் எதிர்பார்த்திருந்தாலும் என் இதயம் சற்று விரைவாக துடிக்கத் தொடங்கியது.

"கேட்க வேண்டாமென்றுதான் பார்க்கிறேன். ஆனால் எனக்கு அது மண்டையைக் குடைகிறது. நான் எதுவும் உன்னை காயப்படுத்தி விட்டேனா?"

"நோ" என்றேன் அவசரமாக.

"என்னை இன்று மாலை முதலில் சந்தித்தபோது நீ ஒரு மாதிரி அதிர்ச்சி அடைந்தாய் இல்லையா? அதற்குப் பிறகு நீ

இயல்பாகவே இல்லை. எவ்வளவு யோசித்தாலும் என் மீது என்ன தவறு என்று புரியவில்லை"

நான் பதறி மறுத்தேன்.

"அஃப்கோர்ஸ்... இதுல உன்மேல எந்தத் தப்பும் இல்லை. நான்தான் அந்தத் தருணத்தில் கொஞ்சம் ஓவர் ரியாக்ட் பண்ணிட்டேன்"

"அதுதான் ஏன்?"

அவள் என் முகத்தையே இமைக்காமல் பார்த்துக் கொண்டிருக்கிறாள் என்பதை பக்கவாட்டில் கவனித்தேன். சில நொடிகள் தயங்கிவிட்டுப் பிறகு சொன்னேன். இதற்கு மேல் மறைப்பதில் பொருளில்லை.

"அது ஒரு பெரிய கதை. என்னோட வாழ்க்கைக் கதை. உனக்கு அவ்வளவு சுவாரசியமா இருக்காது. சுருக்கமா சொன்னா உன்னோட பேரு இருக்கே... அதுதான் என்னைத் தடுமாற வெச்சுது. என் வாழ்க்கையில் ஜூடிங்கற பேரு ரொம்ப ஸ்பெஷல்"

"சுவாரசியமா இருக்கு. அந்தக் கதையை சொல்ல முடியுமா? எனக்குக் கதை கேட்பதென்றால் அவ்வளவு பிடிக்கும்"

அவளுடைய கூடுதல் உற்சாகத்தைப் பார்த்து சற்றுத் தயங்கினேன். சொல்வதில் பிரச்னை இல்லை. ஆனால் அதையெல்லாம் கேட்டுக் கொண்ட பிறகு என்னைப் பற்றி அவள் என்ன நினைப்பாள் என்று நினைக்க கொஞ்சம் பயமாக இருந்தது.

"பிரபு ப்ளீஸ்" என்றாள். அந்தக் கெஞ்சலுக்காக நான் எதையும் இழக்கத் தயாராக இருந்தேன்.

"அது கொஞ்சம் பர்சனலா போகும் ஜூடி"

சொன்னபிறகுதான் அப்படி சொல்லியிருக்கக் கூடாது என்று தோன்றியது. அவள் முகம் சுருங்கியது.

"அதுவும் சரிதான். இன்றுதான் சந்தித்திருக்கிறோம். அதற்குள் உன்னை நான் இவ்வளவு கேட்கக் கூடாதுதான். சாரி"

அவள் குரலில் ஒரு குழந்தைத்தனமான ஏமாற்றம்.

"அப்படியெல்லாம் ஒண்ணும் இல்லை. நீ என்னுடைய வாழ்க்கையில் நான் சந்திக்கும் மூன்றாவது ஜூடி. முதல் இரண்டு ஜூடிகளும் என்னை ஒவ்வொரு வகையில் பாதித்தவர்கள். செதுக்கியவர்கள். மாற்றியவர்கள். அதுதான் உன் பெயரைக் கேட்டதும் கொஞ்சம் ஷாக் ஆகி அப்படியே நின்னுட்டேன்"

"அப்படியானால் உன்னோட ஜூடிகள் பற்றி எனக்கு சொல்வாயா?"

"இப்போது வேண்டாம் ஜூடி. இன்னும் இரண்டு வாரங்கள் நீ என்னோடுதான் இருக்கப் போகிறாய். கண்டிப்பாக உனக்கு இதையெல்லாம் விவரமா நான் சொல்றேன். ப்ராமிஸ்" என்றேன்.

அவள் முழுமையாக சமாதானம் அடைந்தது போல் தெரியவில்லை. ஆனால் வேறு வழியில்லாமல் ஒத்துக் கொண்டாள். ஒரு உரையாடல் சுவாரசியமாக இருக்க வேண்டுமென்றால் பேச்சு பெரும்பாலும் எதிராளியைப் பற்றியதாக இருக்க வேண்டும் என்பது இரண்டாம் ஜூடி எனக்கு சொல்லித் தந்த பாடம். எனவே அவளைப் பற்றி சில கேள்விகள் கேட்கத் தொடங்கினேன். ஆனால் அது இன்று வேலை செய்யவில்லை.

"எங்க அப்பா இத்தாலியன், அம்மா பிரிட்டிஷ். படித்தது வளர்ந்தது எல்லாம் லண்டனில்தான். ஆனால் அதை விடு பிரபு. வேறு ஏதாவது பேசுவோம்" என்றாள் சற்று இறுக்கமாக. அதற்கு மேல் அழுத்தம் தர நான் விரும்பவில்லை.

அதன் பிறகு பேச்சு அலுவலகம் பற்றித் திரும்பியது. நான் சில நிமிடங்கள் ராகவனின் எச்சரிக்கையை மறந்து எங்கள் ப்ராஜக்ட் பற்றியும் அதன் முக்கியத்துவம் பற்றியும் பேசிக் கொண்டிருந்தேன். திடீரென்று அவள் ஹோட்டல் வந்துவிட்டது. அதற்குள்ளாகவா என்று தோன்றியது.

"ராகவன் சொன்னது சரிதான். உனக்குப் பெண்களிடம் எங்கே என்ன பேசுவதென்று சுத்தமாகத் தெரியவில்லை" என்றாள் இறங்கும் போது. என் முகம் தொய்வதைக் கண்டதும் சிரித்தபடி சொன்னாள்.

“ஆனால்... நீ கவலைப்படாதே.. நான் சொல்லித் தருகிறேன்”

இதைக் கேட்டதும் எனக்குப் போன உற்சாகம் திரும்பியது போலிருந்தது.

நன்றிகள் சொல்லி ஜில்லென்ற வெள்ளரிப் பிஞ்சு விரல்களை நீட்டி மறுபடி கை குலுக்கிவிட்டு இறங்கிப் போனாள். சிறிது நேரம் அங்கேயே நின்றேன். பிறகு ஒரு பெருமூச்சுடன் காரைத் திருப்பிக் கொண்டு என்னுடைய வீட்டை நோக்கி விரைந்தேன். அவள் என்னோடு இல்லாதது அத்தனை வெற்றிடமாகத் தெரிந்தது. பல ஆண்டுகள் வேண்டிப் பெற்ற எதையோ இழந்தது போல் உணர்ந்தேன்.

நேற்று வரை யாரென்றே தெரியாமல் இருந்து மாலையில் ஒரு புள்ளியாகத் தொடங்கிய ஜூடி ஒரு பலூனைப் போல் பெரிதாகி எனக்குள் நிறைந்து கொண்டிருந்தாள். முதலில் எனக்குள் அந்த பலூன் இருந்தது. பெரிதாகிப் பெரிதாகி என்னைத் தாண்டி விரிந்து இப்போது நான் அந்த பலூனுக்குள் இருந்தேன். என்னைப் பற்றி நன்கு அறிந்தவர்களுக்கு நான் இப்படியெல்லாம் ஒரு பெண்ணைப் பற்றிப் பேசுவது வேடிக்கையாக இருக்கும். என்னுடைய வரலாறு அப்படியானது. எனக்கு என்னவோ நடந்து கொண்டிருக்கிறது. காரைத் திருப்பிக் கொண்டு மீண்டும் ஜூடி இருந்த ஹோட்டலுக்குச் செல்ல வேண்டும் என்ற ஆவலைக் கட்டுப்படுத்திக் கொண்டேன்.

“உன்னுடைய ட்ரைவிங் ஸ்டைல் எனக்குப் பிடித்திருக்கிறது” ஜூடி சொன்னது மீண்டும் காதில் ஒலித்தது. இன்னும் சற்று சொகுசாக சாய்ந்து அமர்ந்து நான் ஓட்டுவதை நானே கவனித்தேன். எனக்கு எதுவும் ஸ்பெஷலாகத் தெரியவில்லை. இழவு எனக்குப் பிடித்தால் என்ன பிடிக்காவிட்டால் என்ன? ஜூடிக்குப் பிடித்திருக்கிறது. ஒரு புன்னகை என்னிடம் வந்து ஒட்டிக் கொண்டது.

ஒரு காலத்தில் காரைத் தொடவே பயந்து நடுங்கிக் கொண்டிருந்த என்னைக் கார் ஓட்ட வைத்த இரண்டாம் ஜூடி அந்த நேரத்தில் எனக்கு நினைவுக்கு வந்தாள். நான் கார் ஓட்டிப் பழகுவதற்குள் எத்தனை திட்டியிருப்பாள்? அதில் எத்தனை கெட்ட வார்த்தைகள்? இப்போது இந்தப் பாராட்டைக் கேட்டால் அவள் சந்தோஷப்படுவாள் என்று தோன்றியது.

ஜூடி 03

மறுநாள் எப்போது விடியும் என்று காத்திருந்தேன். அலாரத்துக்கு முன்பாக எழுந்து விட்டேன். என்னை அழகாக்கிக் கொள்வதில் கூடுதல் கவனம் செலுத்தினேன். திடீரென்று ஏன் இத்தனை கேவலமான உடைகள் வைத்திருக்கிறேன் என்று தோன்றியது. லேசாக தொப்பை தெரிவது குறித்து கவலை வந்தது. டிரெட் மில்லை தூசி தட்டி அரை மணி நேரம் மூச்சிரைக்க ஓடினேன். நீண்ட நாட்கள் கழித்து அதை உசுப்பியிருந்ததால் அது ஏதேதோ சத்தங்கள் எழுப்பித் தனது எதிர்ப்பைக் காட்டியது. அலுவலகத்தில் நுழைந்தால் நேராக என் இருக்கைக்குச் செல்வதுதான் என் வழக்கம். இப்போது ரெஸ்ட் ரூம் சென்று தெளிவாக முகம் கழுவி தலை வாரிவிட்டு வந்தேன். ராகவன் புதிதாக ஷேவ் செய்யப்பட்ட என் கன்னத்தைத் தடவி சிரித்தான்.

"மாப்ள மார்பிள் மாதிரி பாலீஷா வந்திருக்கே போல... நேத்து கார்ல எல்லாம் சரியா நடந்துச்சா?"

"இது என்ன நம்ம ஊர் சினிமாவாடா.. பார்த்தவுடன் காதல் வர... அவ வெள்ளைக்காரி.. கொஞ்சமாவது பழகணும்டா"

"எது காதலா.. வந்துட கிந்துட போகுது... நான் சொல்றது வேறடா.."

"ச்சே.. அதெல்லாம் ஒண்ணும் இல்லடா"

"அப்ப வழக்கம் போல அரைமணி நேரம் வேஸ்ட்டா? கம்ப ராமாயணமும் க்ளவுட் ஸ்டோரேஜும்னு உரை ஆத்திட்டு வீட்டுக்குப் போயிட்டியா?"

சலிப்போடு சொல்லிவிட்டு நகர்ந்தான்.

லண்டன் அலுவலகத்திலிருந்து வந்தவர்களுக்கு அவர்களுக்கான கேபின்கள் இருக்கைகள் என்று கிடைக்க மதியத்துக்கு மேலாகி விட்டது. அது வரை அவர்கள் ஒரு மீட்டிங் அறையில் அமர வைக்கப்பட்டிருந்தார்கள். ஜூடி மட்டும் சற்றுத் தாமதமாக வந்தாள். அவள் உள்ளே நுழைந்ததுமே எங்கள் தளத்துக்கு வேறு ஒரு நிறம் வந்துவிட்டது. ஆண்கள், பெண்கள் என்று அவளைப் பார்த்து திரும்பாத தலைகள் இல்லை. அலுவல்ரீதியான உடைதான் அணிந்திருந்தாள். எதிர்பார்த்தது போலவே இந்த உடையிலும் அம்சமாக இருந்தாள்.

ஒரு பதினெட்டு மாடிக் கட்டிடத்தில் எங்கள் அலுவலகம் எட்டு மாடிகளில் இயங்கியது. நாங்கள் இருந்தது அதில் நான்காவது மாடி. அமெரிக்க ஐடி ஊழியர்கள் அனுபவிக்கும் அத்தனை சொகுசுகளும் எங்களுக்கு இருந்தன. ஒரு பில்லியர்ட்ஸ் டேபிள், பெரிய திரை தொலைக்காட்சி, ஒரு ஃப்ரிட்ஜ் நிறைய குளிர் பானங்கள், இலவச மதிய உணவு என்று நிறைத்து வைத்திருந்தார்கள். ஆனால் இத்தனையும் தாண்டி வேலையிடம் பிடிக்கவில்லை என்று செல்பவர்கள் இருப்பார்கள். அவர்கள் போகும் இடத்தில் பியர் ஊற்று என்று குழாயில் பியர் வருகிறது என்று சொல்வார்கள். அடுத்த மாதமே இங்கும் அது நிறுவப்படும்.

எட்டு வகை உயர்தரமான காபிகள் எங்கள் அலுவலக இயந்திரத்தில் கிடைக்கும். அதைத் தாண்டி ஆறாவது மாடியில் நாம் தேர்ந்தெடுக்கும் காபிக் கொட்டையை அப்போதே அரைத்து காபி போட்டுத் தருவார்கள். அது எங்கள் நிறுவனம் மட்டுமே அளித்திருக்கும் சிறப்பு வசதி.

ஜூடியையும் அவள் லண்டன் அணியினரையும் அந்த ஆறாவது மாடிக்கு காபி குடிக்க அழைத்துச் சென்றேன்.

"எனக்கு ஜூடி கதைகளை எப்போது சொல்லப் போகிறாய்?" என்றாள் திடீரென்று. ராகவன் முகம் மாறினான்.

"இங்கே வனிலா லாட்டே ஃப்ளேவர் நல்லா இருக்கும்" என்றான் பேச்சை மாற்றி. ஜூடி வேகமாகத் தலையை அசைத்தாள்.

“எனக்கு காபியில் எதைக் கலந்தாலும் பிடிக்காது. காபியைப் பொருத்தவரை நானொரு தூய்மைவாதி” என்றாள் ஜூடி. நானும் சந்தடி சாக்கில் அவளுடன் சேர்ந்து கொண்டேன்.

“எனக்கும் காபியில் எதையும் கலந்தால் பிடிக்காது” என்றேன் பாலையும் சர்க்கரையையும் பாலையும் சேர்த்துக் கலக்கியபடி.

“பிரபு... நீ செய்வது மட்டும் என்ன? இதுவும் கலப்படம்தான்.. இந்தியர்கள் காபியைக் கொலை செய்கிறீர்கள்” என்றாள் ஜூடி. அவள் பால் இல்லாத கடுங்காப்பியில் சர்க்கரை கூட போடாமல்தான் குடித்தாள். என்னிடம் நீட்டினாள். நான் வாங்கி குடித்துப் பார்த்தேன். உச்சி முடி வரை கசந்தது. அவள் குடித்த மீதம் என்றாலும் கசந்தது.

“நல்லா இருக்கு” என்றேன் ஏமாற்றத்தைக் காட்டிக் கொள்ளாமல். ராகவன் என்னை ஒரு அற்பப் புழுவைப் போல் பார்த்தான்.

“பொய் சொல்லாதே... உன் முகத்தைப் பார்த்தாலே தெரிகிறது” என்றாள் ஜூடி பிறகு காபியை எடுத்துக் கொண்டு தனது இருக்கைக்கு நகர்ந்தாள். அவள் விட்டுச் சென்ற வாசம் காபியைத் தாண்டியும் மீதம் இருந்தது. ராகவன் அவசரமாகக் கேட்டான்.

“என்னடா ஏதோ ஜூடி கதை அது இதுன்னு சொல்றா? பழசு எதுவும் உளறி வெச்சியா?”

“இன்னும் எதுவும் சொல்லலை. ஆனா அந்தப் பேருக்குப் பின்னாடி ஒரு வரலாறு இருக்குன்னு மட்டும் அவளுக்குத் தெரியும்”

“ஆமா.. பெரிய திப்பு சுல்தான் வரலாறு. டேய்.. கிடைச்ச அரை மணி நேரத்துல நல்லா சொதப்பி வெச்சிருக்கே நீ... அதெல்லாம் ஏன்டா அவகிட்டே சொன்னே?”

“சொன்னா என்னடா?”

“ஒரு அழகான பொண்ணுகிட்டே முதல் முதலா அரைமணி நேரம் பேச டைம் கிடைச்சிருக்கு. உலகத்துல பேச எத்தனை இருக்கு. நீ உன்னோட எக்ஸ் பத்தி பேசி இருக்கே. ப்ளூரல்... எக்ஸஸ்”

அவன் சொல்லிக் கொண்டிருக்கும்போதே ஜூடி அமர்ந்திருந்த இடத்தை ஜிம் வந்து ஆக்கிரமித்தான்.

ஜிம் எங்கள் அலுவலகத்தின் ப்ளேபாய். பார்க்க ஹாலிவுட் நடிகன் போல இருப்பான். டாட்டூ அணிந்த புஜங்கள் தெரிய இறுக்கமான டி-ஷர்ட் அணிந்திருந்தான். பொன்னிறமான சுருள் முடியை சற்று நீளமாக வளர்த்திருந்தான். இரண்டு மாதத்துக்கு ஒரு காதலி என்று மாற்றுவான். அதற்கு மேல் தாங்காது. ஆனால் அவர்கள்தான் தன்னை விட்டுச் சென்று விடுவதாக கற்பூரம் அணைப்பான். அவன் வரலாறு தெரிந்தாலும் அவனிடம் பெண்கள் வந்து விழுந்தார்கள். அவர்களில் முன்னால் காதலிகளும் அடக்கம்.

“மை காட்.... ஷீ ஈஸ் சோ ஹாட்” என்றான் ஜூடி போன திசையையே பார்த்தபடி.

“இதா இவன் வேற போட்டிக்கு வந்துட்டான். இனி நீ ஜூடியை மறந்துட்டு வேலையைப் பாரு” என்றான் ராகவன் தமிழில்.

“என்ன?” என்றான் ஜிம் கேள்வியாக.

“ஒண்ணுமில்லை.. அங்கே பாத்தியா அந்த போஸ்டரை. அதைப் பத்திதான் பேசிட்டு இருந்தோம்” என்றான் ராகவன். ஜிம் திரும்பிப் பார்த்தான். அலுவலகத்தில் ஆண், பெண், மாற்றுத் திறனாளிகள், எல்ஜிபிடிக்யூ என்று அனைவரும் சமமாக நடத்தப்பட வேண்டும் என்று எங்கள் ஹெச்ஆர் அடித்து ஒட்டி வைத்திருக்கும் போஸ்டர். அவன் திரும்பிய நேரத்தில் தன் கையிலிருந்த லாட்டேவை அவன் கோப்பையில் கொஞ்சம் ஊற்றினான் ராகவன்.

“வாடா போலாம். சீ யூ ஜிம்” என்றபடி என்னை இழுத்துக் கொண்டு எழுந்தான்.

“அவனுக்கு ஏன்டா நீ கஷ்டப்பட்டு வரிசையில் நின்னு வாங்கின காபியை ஊத்தினே?”

“அவன் கப்ல இருந்தது டீ” என்றான் ராகவன். ஜிம் காபியைக் குடித்துவிட்டு முகம் மாறுவதை என்னால் தொலைவிலிருந்து பார்க்க முடிந்தது.

ராகவன் என் தோளைப் பிடித்து நிறுத்தினான். இப்போது அவன் பார்வையில் ஒரு தீவிரம் வந்திருந்தது.

"டேய்.. ஜோக் இருக்கட்டும். உனக்கு ஜூடியை நிஜமாவே பிடிச்சிருக்கா?" என்றான்.

நான் தலையசைத்தேன்.

"சும்மா தலையை ஆட்டாதே.. எந்த அளவுக்குப் பிடிச்சிருக்கு.. ஜிம் மாதிரியா இல்லை கூடவே வாழற அளவுக்கா?"

"ரெண்டாவது" என்றேன். ராகவன் இதை எதிர்பார்த்திருக்கவில்லை. அதுவும் என்னிடமிருந்து.

"டேய்... அவளைப் பத்தி உனக்கு என்னடா தெரியும்? இப்போ தெரிஞ்ச வரைக்குமே ஒரு பொருத்தமும் இல்லை. உன்னோட அம்மா நோம்பிக்கு ஊருல காப்பு கட்டியிருக்கு. அவனை பதினஞ்சு நாள் முட்டை கூட சாப்பிட விட்டுடாதேன்னு கால் பண்ணியிருந்தாங்க. இவளைப் பாத்தா மாட்டு லெக் பீஸ் சாப்பிடுவா போல இருக்கு. என்ன மதம்னு கூடத் தெரியலையே..."

அம்மா இப்போதெல்லாம் என்னிடம் அதிகம் பேசுவதில்லை. எல்லாம் ராகவனிடம்தான். அவளைப் பொருத்தவரை நான் இன்னும் பொறுப்பில்லாத சின்னப்பையன். கல்யாணம் ஆனவர்கள்தான் பொறுப்பானவர்கள் என்று அவளுக்கு ஒரு நம்பிக்கை. ஆனால் அலுவலகத்தில் ராகவனை விட மூன்று அடுக்குகள் மேலே நான் இருந்தேன். அலுவல்ரீதியாக என்னிடம் நிறைய திட்டு வாங்குவான் அவன். ஆனால் இது எதுவும் எங்கள் நட்புக்குள் வராதபடி பார்த்துக் கொள்வோம்.

சில நிமிடங்கள் என்னைத் திட்டிவிட்டு ராகவன் சென்றுவிட்டான். ஆனால் அவன் சொன்னது ஒரு வகையில் சரிதான். எனக்கு ஜூடியைப் பற்றி என்ன தெரியும்?

முடிக்க வேண்டிய வேலை நிறைய இருந்தது. ஆனாலும் எனக்கு இருப்புக் கொள்ளவில்லை. இணையத்தில் நுழைந்தேன்.

ஜூடி வில்சன் என்ற பெயரைத் தேடினேன். முதல் ஆச்சரியம். அந்தப் பெயரில் நிறையப் பேர் உலகெங்கும் இருந்தாலும்

எனக்குள் ஒட்டிக் கொண்ட அந்த முகம் எங்குமே இல்லை. ஃபேஸ்புக், இன்ஸ்டா, ட்விட்டர், லிங்க்டு இன் என்று சுற்றி வந்தேன். ஜூடி என்ற ஒருத்தி இணையத்தில் எங்குமே இல்லை. எனக்கு அத்தனை ஆச்சரியமாக இருந்தது. அன்று மாலையே எங்கள் தனிமையான காபி நேரத்தில் அவளிடம் கேட்டேன். சிரித்தாள். பிறகு குறுகுறுப்பாகப் பார்த்தாள். அந்தக் கண்கள்.

“ஆர் யூ ஸ்டாக்கிங் மீ?”

“ஆமாம். நீயும் உன்னைப் பத்தி சொல்ல மாட்டேங்கிறே.. நான் என்னதான் செய்வது?” என்றேன் என் செயலை நியாயப்படுத்தும் தொனியில். “ஒரு வேளை ஃபேக் ஐடியில் இருக்கிறாயா?”

“இருக்கலாம். ஆனால் சோசியல் மீடியாவில் இருந்தே ஆகவேண்டும் என்பது என்ன ஒரு கட்டாயம்? எல்லாவற்றையும் உலகத்துக்கு சொல்லிக் கொண்டே இருக்க வேண்டுமா? நான் யாருக்கும் தெரியாமல்தானே பிறந்தேன். அப்படியே வாழ்கிறேன். அப்படியே போகவும் நினைக்கிறேன்” என்றாள்.

“இல்லை வேறு ஏதோ காரணம் இருக்கு” என்றபடி அவள் முகத்தைப் பார்த்தேன்.

“சரி.. நீ மட்டும் ரகசியங்களை வைத்துக் கொண்டு பிகு செய்கிறாய் அல்லவா? எனக்கும் அப்படி சில இருக்கின்றன என்று வைத்துக் கொள்”

“நான் சொன்னால் நீயும் சொல்வாயா?”

“ஒரு வேளை சொல்லலாம். ஆனால் அதன் பிறகு அந்த ரகசியங்கள் ரகசியமாகவே இருந்திருக்கலாம் என்று நீ நினைக்கவும் வாய்ப்பிருக்கிறது” என்றாள் தனது உதட்டை சுழித்தபடி. அந்த உதடுகள்.

“என் கதைகளை முழுசா சொல்லணும்னா நிறைய டைம் ஆகுமே?”

“கொஞ்சம் கொஞ்சமாக சொல்லேன். நான் உன்னோடுதானே இருக்கப் போகிறேன்?”

அவள் அப்படி சொன்னது ஒரு வகையில் குதூகலத்தை அளித்தது. என்னோடு அவள் அதிக நேரம் செலவிடப் போகிறாள். என் கதைகளை எவ்வளவு நீட்ட முடியுமோ அவ்வளவு நீட்ட வேண்டும் என்று முடிவு செய்து கொண்டேன். ஆனால் அவள் யோசிக்கவெல்லாம் நேரம் தரவேயில்லை.

"சரி.. ஆரம்பிக்கலாமா?" என்றாள் இன்னொரு கோப்பை காபியோடு வந்து அமர்ந்தவாறே. நான் அதை எதிர்பார்த்திருக்கவில்லை.

"இப்போவா?"

"நவ் ஈஸ் ஆல்வேஸ் தி பெஸ்ட் டைம்" என்றாள். சுற்றிலும் பார்த்தேன். நாங்கள் இருவர் மட்டும்தான் இருந்தோம். இனி தப்பிக்க வழியில்லை.

எங்கே தொடங்குவது?

ஜூடி 01

மொபைல் போன்களுக்கு முந்தைய காலம் அது. அப்போது நான் பொறியியல் இரண்டாம் ஆண்டு படித்துக் கொண்டிருந்தேன். எங்கள் நண்பர்களெல்லாம் அழுக்கான சாலையோர மேன்ஷன்களில் புறாக்கூடு போன்ற ஒற்றை அறைகளில் தங்கியிருக்க நாங்கள் மூன்று பேர் மட்டும் ஒரு பெரிய பிரிட்டிஷ் பங்களாவில் தங்கி கல்லூரி செல்லும் வாய்ப்பு கிடைத்திருந்தது. அந்த வீட்டின் சொந்தக்காரர்கள் ஆங்கிலோ இந்தியர்கள். இரண்டு வேளை சுவையான வீட்டு சாப்பாடும் அவர்களே கொடுத்து விடுவார்கள். வாரத்தில் இரண்டு நாட்கள் அசைவம் நிச்சயம் உண்டு. ஞாயிறு மாட்டுக்கறி அல்லது பன்றிக்கறி தவறாமல் இருக்கும். அந்த சுவைகளை அவர்கள்தான் எனக்கு அறிமுகம் செய்தார்கள். என் அப்பாவுக்குத் தெரிந்தால் மாட்டுக்குப் பதிலாக என்னை உரித்து விடுவார்.

அந்த வீட்டுக்கு இப்போதைய உரிமையாளர் மேரி. அவள் தாத்தா பிரிட்டிஷ் காலத்தில் கட்டிய பங்களா அது. அவர் அப்போது கலெக்டர் போன்ற ஒரு உயர் பதவியில் இருந்திருக்கிறார். காலம் அந்த வீட்டை இன்னும் மெருகேற்றியிருந்தது. நிறைய செடிகளும் கொடிகளும் பறவைகளுமாக வனம் போல மாற்றியிருந்தது. அந்த வீட்டில் பயன்படுத்தியிருந்த மரங்களும் கற்களும் இன்னும் நூறு ஆண்டுகள் ஆனாலும் அப்படியே இருக்கும் என்பது போல பளபளத்தன. ஆனால் அதன் பின்னால் மேரியின் திறமையான பராமரிப்பு இருந்தது. அந்த வீடு அவருக்கு உயிர். அந்த பங்களாவின் இரண்டாவது மாடியில் பாதி மொட்டை மாடி. அது போக மீதி இடத்தில் இரண்டு அறைகள் கொண்ட ஒரு போர்ஷன் எங்களுக்கு. அந்த மொட்டைமாடியும் அதை

ஒட்டிய தென்னை மரங்களும் வரைந்து வைத்தது போல அத்தனை அமைதியாகவும் அழகாகவும் இருக்கும்.

மேரியின் கணவர் பிரான்சிஸ் ஒரு ஃபேக்டரி வைத்திருந்தார். ஒழுங்கு என்றால் அத்தனை ஒழுங்கு. தினமும் இரண்டு பெக் பிராந்தி சாப்பாட்டு மேசையில் அமர்ந்து குடிப்பார். அதன் அளவும் நேரமும் அவர் அமரும் இடமும் மாறியதே இல்லை. ஒரு நாள் கூட அதைத் தாண்டி அவர் குடித்தோ அல்லது அவர் நிதானமிழந்தோ பார்த்ததில்லை. மனைவி மகள்கள் முன்னிலையில் அவர் குடிப்பதை நான் வாயைப் பிளந்து ஆச்சரியமாகப் பார்த்துக் கொண்டிருப்பேன். என் வீட்டிலெல்லாம் எப்போதாவது ரகசியமாகக் குடித்துவிட்டு வரும் அப்பா வாசலில் கட்டில் போட்டுப் படுத்திருப்பார். உள்ளே வர அனுமதி இல்லை. எப்போதும் பெட்டிப்பாம்பாக அடங்கிப் போகும் அம்மாவுக்கு அன்று மட்டும் அவர் பயந்து கொண்டிருப்பார்.

ரோஸ் காட்டேஜ் என்ற பெயருள்ள அந்த பங்களா கல்லூரியில் மிகவும் பிரபலம். அங்கே தங்கியிருந்ததால் நாங்களும். வாழறீங்கடா என்பார்கள் எங்களைப் பார்த்து. அழகான வீடு, நல்ல சாப்பாடு இவற்றைத் தாண்டி எங்கள் நண்பர்களின் வயிற்றெரிச்சலுக்கு முக்கியமான மூன்று காரணங்கள் இருந்தன. மேரிக்கு பார்பி பொம்மை நிறத்தில் மூன்று பெண்கள். அந்தச் சிறிய நகரத்தில் குட்டைப் பாவாடையும் விரிந்த கூந்தலுமாக தனித்துத் தெரிய வலம் வருவார்கள். சொல்லப் போனால் மேரியே கூட அத்தனை அழகாக இருப்பாள். பூ, பொட்டு என்று எந்தவிதமான உபரியும் இல்லாமல் இயற்கையாகவே பளிச்சென்று இருப்பார்கள். சுண்டினால் ரத்தம் வரும் பெண்களை நான் திரைப்படங்களில் பார்த்ததோடு சரி. அந்த வீட்டில் நால்வருமே அப்படி இருப்பார்கள். அவர்களுடைய ஆங்கிலம் கூட என்னை மிரட்டும். அவர்கள் வேறு கிரகத்திலிருந்து வந்த தேவதைகள் என்பதற்கான கூடுதல் அடையாளமாக அவர்கள் பேசும் ஆங்கிலத்தை நினைத்துக் கொள்வேன். புரியாவிட்டாலும் ஒரு மாதிரி கேட்டுக் கொண்டே இருக்கலாம் என்று தோன்றும்.

எங்களுக்கு அந்த வீட்டில் இடம் கிடைக்கக் காரணம் எனது

பள்ளித் தோழன் இர்வின். அவன் அப்பாவும் மேரியும் கல்லூரியில் ஒன்றாகப் படித்தவர்கள் என்பதால் அவனுக்கும், அவனுடைய நெருங்கிய நண்பர்கள் என்பதால் எங்களுக்கும் அவனோடு அந்த வீட்டில் தங்கியிருக்கும் வாய்ப்பு. எங்கள் மீது ஒரு கண் வைத்துக் கொள்ளும்படி மேரி ஆன்ட்டியிடம் சொல்லிவிட்டு எங்களை அங்கே விட்டுச் சென்றிருந்தார் அவன் அப்பா. மேரி இதை ஒரு உபரி வருமானமாகப் பார்த்தார். தன்னுடைய செலவுக்கு யார் கையையும் எதிர்பார்க்காமல் இருக்க இது உதவுகிறது என்று சொல்வார். எங்களோடு மிகவும் சகஜமாகப் பேசுவார்.

நாங்கள் அங்கே குடி வந்த அடுத்த இரண்டு மாதங்களில் மூத்த பெண் ஜூலிக்குத் திருமணமாகிவிட்டது. அதன் பிறகு பெங்களூரில் வசித்தவள் தன் கணவனோடு அவ்வப்போது வந்து போவாள். அதற்கு அடுத்தவள் ரோஸி. கல்லூரியில் இரண்டாம் ஆண்டு படித்தாள். ஒரு நடமாடும் பூங்கொத்து போல இருப்பாள். அவ்வப்போது சைட் அடிப்பது உண்டு. அவள் அழகு அப்படி. இர்வினுக்குத் தெரிந்த குடும்பம் என்பதால் ரோஸியிடம் வேறு மாதிரியாகப் பழகும் அல்லது பார்க்கும் எண்ணமே எனக்கு இருந்ததில்லை. ஆனால் அவளுக்கு நானெல்லாம் ஒரு பொருட்டில்லை என்பது எனக்குத் தெரியும். ரோஸிக்கு நிறைய கனவுகள். மேலும் மேலும் படிக்க வேண்டும். அறிவியல் ஆராய்ச்சிகள் செய்ய வேண்டும். வெளிநாடுகளுக்கு செல்ல வேண்டும். தன் அம்மாவைப் போலவே கூர்மையாக என் கண் பார்த்து தயக்கமின்றிப் பேசுவாள். எனக்குத்தான் கூச்சமாக இருக்கும். சில நிமிடங்களில் அங்கிருந்து நகர்ந்து வந்து விடுவேன்.

அந்த வீட்டின் கடைசிப் பெண்தான் ஜூடி. எல்லோருக்கும் செல்லமான கடைக்குட்டி. எப்போதும் துள்ளலும் உற்சாகமுமாக இருப்பாள். ஓயாமல் சத்தமாகப் பேசி அதைவிட சத்தமாக சிரிப்பாள். பத்தாவது முடித்து பதினொன்று சென்றாள். அதிகம் இடைமறித்துப் பேசாமல் அவளைப் பேச விட்டுக் கேட்பதால் அவளுக்கு என்னைப் பிடிக்கும். நான் ஓவியம் வரைவதை பக்கத்தில் அமர்ந்து அதிசயம் போல் ரசிப்பாள். நான் கொஞ்சம் நன்றாக கிரிக்கெட் விளையாடுவேன். மொட்டை மாடியில்

நண்பர்கள் சேர்ந்து ஒன் பிட்ச் விளையாடுவோம். எங்களுடன் சேர்ந்து ஜூடியும் கற்றையான சுருட்டை முடி துள்ளத்துள்ள விளையாடுவாள். தனக்கும் சொல்லித் தரச் சொல்வாள். விளையாட்டில் ஏமாற்றுவாள். தோற்றால் ஆங்கிலத்தில் திட்டியபடி அழுவாள். அவளை ஒரு சிறுமி என்றுதான் அதுவரை நினைத்துக் கொண்டிருந்தேன்.

“என்னை ஒரு நாள் நீ மேட்ச் விளையாடற கிரவுண்டுக்கு கூட்டிட்டுப் போறியா?” என்றாள் திடீரென்று.

“அங்கே எதுக்கு ஜூடி.. ஒரே பசங்களா இருப்பாங்க”

“சோ வாட்? கடிச்சுத் தின்னுடுவாங்களா? எனக்கு நீ விளையாடறதைப் பாக்கணும்”

“அதெல்லாம் முடியாது போ..”

நான் அலட்சியமாக மறுத்ததும் முஷ்டியை மடக்கி கால்களைத் தரையில் உதைத்து கோபமாக படி இறங்கிப் போனாள். அவள் சுருள் முடியும் தத்தித் தத்தி இறங்கிப் போனது. அன்று இரவே சாப்பிடும்போது மேரியிடம் இருந்து பரிந்துரை வந்துவிட்டது.

“ஒரு நாள் கூட்டிட்டுப் போடா பிரபு. அந்த டெவில் அடம் பிடிச்சு என் உயிரை வாங்குது” என்றாள். வேறு வழியில்லாமல் ஒப்புக் கொண்டேன்.

அன்று ஒரு உள்ளூர் போட்டி. வெற்றி பெறும் அணிக்கு முதல் பரிசு ஐந்தாயிரம் ரூபாய். அன்று நான் நன்றாக விளையாடினேன். பேட்டிங், பவுலிங், இரண்டு கேட்ச்கள் என்று முழு ஆட்டத்தையும் என் பிடியில் வைத்திருந்தேன். மேன் ஆஃப் தி மேட்ச் என்று ஒரு பித்தளைக் கோப்பை கொடுத்தார்கள். வாங்கும்போதே பீடத்துடன் ஒட்டாமல் அதன் மேற்பகுதி லொடலொடவென்று ஆடியது. இரண்டு கைகளால் பிடித்து எச்சரிக்கையாக வாங்கினேன். ஐநூறு ரூபாய் பணம் கொடுத்தார்கள். ஜூடி சற்று அதிகமாகவே குதித்துக் கை தட்டிக் கொண்டிருந்ததை ஓரக்கண்ணால் பார்த்தேன். கோப்பையை முதலில் அவள் கையில் கொடுத்தேன். அவளுக்கு அடக்க முடியாத கொண்டாட்டம். அதன் பிறகு என்னைப்

பிடித்த கையை விடவே இல்லை என்பது என்னைத் தொந்தரவு செய்தது. ஆனாலும் ஒரு இயல்பான செயலாக அதை நினைத்துக் கொண்டேன்.

மைதானத்திலிருந்து வீட்டுக்கு இரண்டு கிலோமீட்டர் நடக்க வேண்டும். நடையின்போது யாருமற்ற சாலையில் என் விரல்களை இன்னும் கோர்த்துப் பிடித்துக் கொண்டாள். இதற்கு மேல் அவள் செய்கை இயல்பானதாகப் படவில்லை. சங்கடத்தோடு மெல்ல விரல்களை விடுவித்துக் கொள்ள முயன்றேன். அவள் விரல்கள் விட மறுத்தன. சில நிமிடங்கள் மௌனமான ஒரு போர் நடந்தபின் என் வலிமையைப் பயன்படுத்தி கைகளை விடுவித்துக் கொண்டேன். உடனே அவள் முகம் மாறியது. அதுவரை ஏதேதோ பேசிக் கொண்டு வந்தவள் அமைதியாக நடக்கத் தொடங்கினாள். எப்போதும் லொட லொடவென்று பேசுபவளின் அந்த அமைதி அத்தனை உரத்து ஒலித்தது. வரவிருந்த புயலின் முன்பான அமைதி அது.

"காலேஜ் முடிச்சுட்டா என்னையெல்லாம் மறந்துட்டுப் போயிருவே இல்ல?" என்றாள் திடீரென்று.

"அதுக்கு இன்னும் ரெண்டு வருசம் இருக்கு ஜூடி" என்றேன். அவள் குரலில் இருந்த ஏதோ ஒன்று எனக்கு அச்சத்தை அளித்தது. இனம் புரியாத ஒரு படபடப்பையும்.

இப்போது பேச்சை மாற்ற வேண்டும். வழியில் தள்ளுவண்டியில் கடலை வறுபட்டுக் கொண்டிருந்தது. அவளுக்கு அது பிடிக்கும்.

"கடலை சாப்பிடலாமா?" என்றபடி அதை நோக்கி நடந்தேன். அவள் எதுவும் பேசாமல் தொடர்ந்தாள்.

கூம்பு வடிவக் காகிதத்தில் சுடச்சுட வாங்கித் தந்தேன். சாலையின் வலது பக்கத்தில் ஏரி ததும்பிக் கொண்டிருந்தது. சூரியன் அதற்குள் விழத் தொடங்கியிருந்தது. சற்று நேரம் அதன் கரையில் அதைப் பார்த்தபடி நின்றோம். இந்த கவனச் சிதறல் ஜூடியை அசைத்து விடவில்லை. அவள் முகத்தில் அதே இறுக்கம். விட்ட இடத்திலிருந்து தொடர்ந்தாள்.

"பிரபு.. நீ என்னை என்னவா நினைச்சிருக்கே?" நான் அப்படி ஒரு கேள்வியை அவளிடம் எதிர்பார்த்திருக்கவில்லை.

ஷான் கருப்பசாமி

"என்னவான்னா..?"

"சொல்லு. எனக்குத் தெரியணும். உனக்கு நான் யாரு?"

உண்மையில் அது ஒரு எளிய கேள்விதான். எளிய கேள்விகளுக்கான பதில்கள் எப்போதும் அத்தனை எளிதாக இருப்பதில்லை.

"என்னாச்சு ஜூடி உனக்கு.. ஏதேதோ பேசிட்டு இருக்கே?"

"இப்ப நீ சொல்லுவியா மாட்டியா?" அவள் நடக்காமல் அப்படியே நின்றுவிட்டாள். டெவில் அடம் பிடிக்கத் தொடங்கிவிட்டது. என்னிடம் பதில் வாங்காமல் நகராது.

"எனக்குத் தங்கைன்னு யாரும் இல்லை. நீ எனக்கு சிஸ்டர் மாதிரின்னு வெச்சுக்கயேன்" என்றேன் சற்று யோசித்து. சொன்ன மறுநொடியே நான் சொதப்பிவிட்டேன் என்று புரிந்தது. ஆனால் டூ லேட்.

அவள் வெளுத்த முகம் மைக்ரோ நொடியில் கோபத்தால் சிவந்தது. கண்களில் ஆவேசம். கையில் இருந்த கடலையை பொட்டலத்துடன் என் முகத்தில் வீசி அடித்தாள். சுள்ளென்று வலிக்கும் அளவு வேகம். கூடவே அதில் இருந்த மிளகாய்ப் பொடியோ எதுவோ கண்ணில் பட்டு எரிந்தது. விருட்டென்று திரும்பி எனக்கு முன்னால் வேகமாக நடக்கத் தொடங்கிவிட்டாள்.

"ஜூடி.. நில்லு..." நான் அவள் பின்னால் துரத்திக் கொண்டு ஓடினேன். உடனே அவளும் ஓடத் தொடங்கினாள். அவளைப் பிடிக்க முடியவில்லை. கண் வேறு எரிந்தது. தெருவில் ஒரு பெண் பிள்ளையைத் துரத்திக் கொண்டு ஓடுவது அத்தனை சரியாகவும் படவில்லை. எனவே நான் வேகம் குறைத்து நடக்கத் தொடங்கினேன். அவள் நேராக பங்களாவுக்குள் ஓடிச் சென்று மறைந்து விட்டாள். தெருமுனையில் கையைப் பிசைந்தபடி சில நிமிடங்கள் நின்றிருந்தேன். வீட்டுக்குப் போனதும் தயக்கமாக மேரி ஆன்ட்டியிடம் விசாரித்தேன்.

"ஆன்ட்டி.. ஜூடி வந்துட்டாளா?"

"எதுவும் பேசாம ரூம்ல போய் கதவை லாக் பண்ணிக்கிட்டா... உன்கிட்டே ஏதும் சண்டை போட்டுச்சா அந்தப் பிசாசு?"

நான் பதில் சொல்லத் தடுமாறினேன். ரோஸிதான் காப்பாற்றினாள்.

“அவ அப்படித்தானே மம்மி... உன் மேட்ச் என்ன ஆச்சு பிரபு?”

ஆங்கிலோ இந்தியக் குடும்பம் என்பதால் அவர்கள் அனைவருக்குமே கிரிக்கெட்டில் ஆர்வம் உண்டு.

“மேன் ஆஃப் த மேட்ச்” என்றபடி கோப்பையைக் காட்டினேன். நல்ல வேளையாக நான் தங்கை என்று சொன்னபோது ஜூடியின் கையில் அந்தக் கோப்பை இல்லை. மண்டை பிளந்திருக்கும்.

“இப்படி கோப்பையா வாங்கி வாங்கி அடுக்கி வெச்சிருக்கே.. ஏதாவது கோச்சிங் போலாம்ல. பெரிய அளவுல ஒரு ப்ளேயரா வரலாம்” என்றாள் ரோஸி படித்துக் கொண்டிருந்த புத்தகத்திலிருந்து நிமிராமலே. ஒன்பதாம் வகுப்பில் மதிப்பெண் குறைந்தபோது கிரிக்கெட் பேட்டை வெந்நீர் அடுப்பில் வைத்து எரித்த அப்பா நினைவுக்கு வந்தார். ஆனால் அவளுக்கு பதில் சொல்லும் மனநிலையில் அப்போது நான் இல்லை.

அதற்கு மேல் அங்கே நின்று பேசவே சங்கடமாக இருந்தது. மூடியிருந்த ஜூடியின் அறைக்கதவையே சில நொடிகள் பார்த்தேன். இதயம் இன்னும் அதிவேகமாக அடித்துக் கொண்டிருந்தது. பிறகு மெல்லத் திரும்பி மாடிக்கு வந்துவிட்டேன்.

ஜூடி அடுத்த நாளும் என் கண்ணில் படவில்லை. காலை உணவு சாப்பிடச் சென்றபோது அவள் அறையை விட்டு வெளியே வரவில்லை. அன்று மதியமே கல்லூரி முடிந்துவிட்டதால் எங்கள் அறைக்கு வந்து தூங்கிக் கொண்டிருந்தேன். இர்வினும் ரகுவும் சினிமாவுக்குப் போயிருந்தார்கள். சினிமா என்றதுமே முதல் ஆளாக உடைமாற்றித் தயாராகி நிற்பவன் நான். எனக்கு மூடு இல்லை என்றபோது விசித்திரமாகப் பார்த்துவிட்டுப் போனார்கள். அப்படியே படுத்து கூரையைப் பார்த்தபடி கிடந்தேன். எப்படி உறங்கிப் போனேன் என்று தெரியவில்லை.

நல்ல உறக்கத்தில் யாரோ உலுக்கியது போல விழிப்பு வந்தது. ஜூடிதான் கட்டில் அருகே நின்று என்னை அடித்துக் கொண்டிருந்தாள். அவள் முகத்தில் ஆவேசம்.

"சிஸ்டராம்... சிஸ்டர்... எழுந்திருடா... எருமை... மாடு..." என்றபடி ஒவ்வொரு சொல்லுக்கும் என்னை சாத்திக் கொண்டிருந்தாள். ஆனால் பஞ்சு போன்ற அந்தக் கைகள் அடித்தது எதுவும் வலிக்கவில்லை. நான் ஒன்றும் புரியாமல் அவளைப் பார்த்தேன். களைத்துப் போனதும் மூச்சிரைக்க நிறுத்தினாள்.

"இங்க பாருடா... லுக்... நீ என்னை என்னவா வேணா நினைச்சுக்கோ. நான் உன்னை என்னோட லவ்வராத்தான் பாத்த முதல் நாளில் இருந்து நினைச்சுட்டு இருக்கேன். ஐ லவ் யூ பிரபு. ப்ளீஸ் அதை மட்டும் புரிஞ்சுக்கோ" என்றாள்.

எனக்கு வெலவெலத்துப் போனது. தூக்கம் போன இடம் தெரியவில்லை. வாரிச்சுருட்டி எழுந்தேன்.

"பைத்தியம் மாதிரி பேசாதே ஜூடி.. மொதல்ல கண்ணைத் துடைச்சுக்கோ. யாராவது பாத்தா தப்பா நினைப்பாங்க" அவளை வெளியே மொட்டை மாடிக்கு அழைத்து வந்தேன். அங்கே இருந்த துவைக்கும் கல்லில் அமைதியாக எதிரில் அமர்ந்திருந்தாள். அவள் அழுகை அடங்கும்வரை காத்திருந்தேன். அவ்வப்போது சுற்றிலும் யாரும் இல்லை என உறுதி செய்து கொண்டேன். தொண்டையை செருமிக் கொண்டேன். அவளுக்கு இதமாக பதமாக அறிவுரை சொல்லித் திருத்துவதுதான் என் அப்போதைய திட்டம். பொம்மை கேட்டு அடம் பிடிக்கும் குழந்தைக்கு புத்திமதி சொல்லும் ஒரு குரலைத் தேர்ந்தெடுத்தேன். ஜூடியைப் பற்றி இப்போது தெரிந்த எதுவும் அப்போது எனக்குத் தெரியாது. தெரிந்திருந்தால் நேரத்தை வீணடித்திருக்க மாட்டேன்.

"லவ்வா? இதுக்கெல்லாம் உனக்கு இன்னும் டைம் இருக்கு ஜூடி. உன் வயசு என்ன இப்போ? நீ நினைக்கற மாதிரி இது லவ் எல்லாம் இல்லை..." என்று சொல்லும்போதே கை உயர்த்தினாள்.

"லப் பத்தி உனக்கு என்னடா தெரியும்? எத்தனை லவ் பண்ணிட்டு வந்து இதெல்லாம் பேசிட்டு இருக்கே? சினிமா

டயலாக்தானே இதெல்லாம்?" அவள் குரலில் ஏளனம். ஆனால் உண்மை சுட்டது. எனக்கு காதல் பற்றி ஒரு இழவும் தெரியாதுதான். அவளே தொடர்ந்தாள்.

"இப்ப என்ன சொல்லப் போறே? இதெல்லாம் இன்ஃபாசுவேஷன்.. க்ரஷ், பப்பி லவ்.. அதானே? அதுக்குப் பேரு எதுவா வேணா இருந்துட்டுப் போகுது. ஆனா அந்த ஃபீலிங் நிஜம். உனக்காக செத்துப் போன்னா நான் இப்போ செய்வேன். எனக்கு அது அவ்வளவு பிடிச்சிருக்கு. ஏன் நீ காம்ப்ளிகேட் பண்றே?"

"அய்யோ உனக்குப் புரியலை ஜூடி... நீ சின்னப் பொண்ணு... அதுக்குன்னு ஒரு வயசு இருக்கு"

அவளுக்கு புத்திமதி சொல்வதாக நினைத்து அவள் விரிக்கும் வலையில் உள்ளே உள்ளே சென்று கொண்டிருந்தேன்.

"அப்படியா? அதுதானே உன் பிராப்ளம்? சரி.... வெயிட் பண்றேன். ரெண்டே வருசத்துல வளர்ந்து காலேஜ் போயிடுவேன். அப்ப நீ லவ் பண்றியா? ஆனா அதுக்குள்ள வேற எவளையாவது நீ திரும்பிப் பாத்தே... கொன்னுடுவேன். உன்னை இல்லை. அவளை"

சொல்லிவிட்டு எழுந்து போனாள் ஜூடி. நான் பிரமை பிடித்தது போல் நீண்ட நேரம் அமர்ந்திருந்தேன். அடுத்த ஒரு மணி நேரத்தில் மறுபடி படியேறி வந்தாள். இப்போது அவள் முகம் பிரகாசமாக இருந்தது. வேறு ஃப்ராக் அணிந்திருந்தாள். பவுடர் பூசியிருந்தாள். அதே பழைய சிரிப்பு திரும்பியிருந்தது. ஆனால் இப்போதுதான் எனக்கு இன்னும் அச்சத்தைத் தந்தாள்.

"இவ்வளவு நேரம் ஏதேதோ அட்வைஸ் பண்ணியே... என்னைப் பிடிக்கலைன்னு உன்னால சொல்ல முடியலை பாத்தியா? ஸ்வீட்டுடா நீ..."

வலிக்கும்படி என் மூக்கைத் திருகிவிட்டு இறங்கி ஓடிப் போய்விட்டாள். எனக்கு ஒரு மாதிரி திகிலடித்து வயிற்றுக்குள் என்னவோ செய்தது. என்ன செய்வதென்றே புரியவில்லை.

அன்று இரவே அவசர வேலை என்று இர்வினிடம் மட்டும் சொல்லிவிட்டு கிடைத்ததை அள்ளிப் பையில் திணித்துக் கொண்டு கிளம்பி ஊருக்குப் போய்விட்டேன்.

ஷான் கருப்பசாமி 39

ஜூடி 03

மூன்றாம் ஜூடி மூன்றாவது கோப்பை காபியைக் குடித்து முடித்திருந்தாள். அவளுக்கு இந்தக் கதையில் பல கேள்விகள் இருந்தன. முதலில் ஆண்களுக்கும் பெண்களுக்கும் தனித்தனியே பள்ளிகள் இருந்ததையே அவளால் ஜீரணிக்க முடியவில்லை. இந்தியாவில் அப்போதுதான் பல குடும்பங்கள் பெண்களை பள்ளிக்கு அனுப்புவார்கள் என்றேன். ஆனால் ஜூடி விஷயத்தில் நான் ஏன் அத்தனை பயந்தேன் என்பது அவளுக்குப் புரியவில்லை.

"ஒரு டீன் ஏஜ் பெண்ணுக்கு உன்னைப் பிடித்திருக்கிறது. அதை அழகாக வெளிப்படையாக சொல்லியிருக்கிறாள். உன் அப்பாவுக்கு ஏன் கோபம் வர வேண்டும்? இங்கே அவர் எப்படி வருகிறார்?"

"இதெல்லாம் புரியணும்னா நீ எங்க ஊர் மஞ்சநாயக்கம்பட்டியில பிறந்திருக்கணும். இல்லை ஏதாவது ஒரு இந்திய கிராமத்தில் பிறந்திருக்கணும். அங்கேயெல்லாம் கல்யாணம் என்பதெல்லாம் பெற்றோர் மட்டுமே முடிவு செய்யும் விஷயம்"

அவள் இன்னும் குழம்பினாள்.

"கல்யாணமா? இதற்கும் கல்யாணத்துக்கும் என்ன தொடர்பு?"

எனக்குக் களைப்பாகி விட்டது. இதை எப்படி அவளுக்கு விளக்குவது?

"இந்த நாட்டில்தான் காதலுக்கும் கல்யாணத்துக்கும் தொடர்பில்லை. கல்யாணத்துக்கும் குழந்தைக்கும் தொடர்பில்லை. ஏன் செக்சுக்கும் காதலுக்குமே கூடத் தொடர்பில்லை. எல்லாமே தனித்தனி. இந்தியாவில் இதெல்லாம் ஒன்றை அடுத்து

இன்னொன்று என்று அதே ஒருவரோடுதான் நடந்தாக வேண்டும்''

சொல்லிவிட்டு எழுந்து கொண்டேன்.

"சரி.. இன்னிக்கு இவ்வளவு போதும். மிச்சத்தை இன்னொரு நாள் சொல்றேன்''

"ந்நோ'' என்றாள் முதலாம் ஜூடி போல. "இன்ட்ரஸ்டிங்கா இருக்கு. இந்த இடத்தில் நிறுத்தாதே ப்ளீஸ்'' என்றாள்.

ஆனால் ராகவன் எங்களைத் தேடி வந்துவிட்டான். போலியாக குனிந்து வணங்கினான்.

"அரசே.. தங்கள் அந்தப்புரத்தில் குறுக்கிடுவதற்கு மன்னிக்க வேண்டும். நாலரை மணிக்கு நின்றபடி பேசும் சந்திப்பு இருக்கிறது. அதைத் தங்களுக்கு நினைவூட்டவே அடியேன் வந்தேன். கோபம் கொண்டு என்னைத் தண்டித்து விடாதீர்கள்''

"வரேன் போடா''

"என்ன சொல்லிவிட்டுப் போகிறான்'' என்றாள் ஜூடி கேள்வியாக

"டைம் ஃபார் தி ஸ்டேண்ட் அப் மீட்டிங்'' என்றேன்.

"ஓ.. நேரம் போனதே தெரியவில்லை'' என்றபடி என் தோளைப் பிடித்து ஹை ஸ்டூலில் இருந்து இறங்கினாள்.

இருவரும் மீட்டிங் அறைக்குள் நுழைந்தபோது அனைவரும் கூடியிருந்தார்கள். ஸ்டேண்ட் அப் என்பது தினமும் ஒரு முறை நடக்கும் துரிதமான சந்திப்பு. ஒவ்வொருவரும் அவரவர் அன்றைய தினத்தில் செய்த வேலைகளை விரைவாகப் பட்டியலிட வேண்டும். ஏதேனும் தடங்கல்கள் கேள்விகள் இருந்தால் கேட்கலாம். கேள்வி பதில் அதிக நேரம் பிடிக்குமெனில் சம்மந்தப்பட்டவர்கள் தனியாக சந்தித்துக் கொள்ளலாம். ஆனால் இந்த சந்திப்பு விரைவாக பதினைந்து நிமிடங்களில் முடிக்கப்பட வேண்டும்.

எப்போதும் என்னுடைய வேலைகளை விரைந்து முடித்து வைத்திருப்பேன். இன்று காலையிலிருந்து இணையத்தில் ஜூடி வேட்டை. மதியம் அவளோடு கதையடித்தது தாண்டி வேலை எதுவும் செய்திருக்கவில்லை நான்.

"நம்ம பிரபு இன்னிக்கு ரொம்ப பிசி., லண்டன் டீமை ஆன்போர்டு பண்றதுல.. இல்லையா பாஸ்" என்றான் ராகவன் முகத்தை சீரியஸாக வைத்துக் கொண்டு.

என்னால் அடுத்த ஒரு மணி நேரத்தில் அன்றைய வேலைகளை முடிக்க முடியும் என்றும் அவனுக்குத் தெரியும். வழக்கமாக நான்தான் அவனை வாருவேன். இன்று பூனைக்கு வந்த காலம். எனக்கு அதெல்லாம் உறைக்கவில்லை. ஜூடி இன்று பெரும்பான்மை நேரம் எனக்கு அருகே அமர்ந்திருக்கிறாள் என்பதே எனக்குப் போதுமானதாக இருந்தது.

ஆனால் அடுத்த நாள் முதல் கதையடிப்பதை அலுவலகம் முடிந்த பிறகு வைத்துக் கொள்ளலாம் என்று ஜூடியிடம் சொல்லிவிட்டேன். அவள் என் கதையைக் கேட்க ஆவலுடன் காத்திருந்தாள். தவிர அவளோடு இன்னும் அதிக நேரம் செலவிட இது ஒரு சாக்கு.

நாங்கள் இருவரும் அடிக்கடி ஒன்றாக அமர்ந்து பேசுவதைப் பார்த்த ராகவனின் படபடப்பு ஒவ்வொரு நாளும் அதிகரித்துக் கொண்டிருந்தது.

"டேய் அப்படி என்னதான்டா பேசிட்டு இருக்கீங்க?"

"எங்கே, எப்படி கல்யாணம், எத்தனை குழந்தை பெத்துக்கலாம்.. இப்படி"

"ஓஹோ.. மொதல்ல கல்யாணம் சர்ச்லயா கோவில்லயா? அதை முடிவு பண்ணீங்களா"

நான் சரணடைந்தேன். என்ன நடக்கிறதென்று சொன்னேன்.

"அதானே பாத்தேன். ஆனா எனக்கென்னவோ இது சரியாப் படலை"

"அதை விடு... அவளைப் பத்தி எதுவுமே கண்டுபிடிக்க முடியலையாடா?"

"நான் அவ டீம்லயும் கேட்டுப் பாத்துட்டேன். எல்லோரும் மண்டையை ஆட்டுகிறான்கள். அவ அங்கேயும் யார்கிட்டேயும் எதையும் ஷேர் பண்ணிக்கிட்டதில்லையாம். உன்னை மாதிரி கல்லு போட்டு பாத்தவனுங்க எல்லோருக்கும் அல்வாதானாம்"

ஜிம் அவள் அமர்ந்திருந்த கியூபிகிள் அருகே செல்வதை சுட்டிக் காட்டினான்.

“அவனும் வழக்கம் போல ஆரம்பிச்சுட்டான். அவனுக்கும் இது வரை உன் ஆளு பிடி கொடுக்கலை"

என் முகத்தில் ஒரு பெருமிதம் வந்து ஒட்டிக் கொண்டது. ராகவன் நான் நினைத்ததைப் படித்தது போல் சொன்னான்.

“ரொம்ப ஃபீல் பண்ணிக்காதே. ஜிம் இதையே தொழிலா வெச்சிருக்கான். அவனுக்கே மசியாத ஒருத்தி உனக்காடா மசியப் போறா? நீ இதுக்கெல்லாம் சரிப்பட்டு வர மாட்டேன்னு சொன்னா கேக்கறியா நீ?”

இருவரும் பேசிக் கொண்டிருக்கும்போதே ஜூடி லேப்டாப்பை மூடிவிட்டு எழுந்து வந்தாள். அவள் தொலைவில் வரும்போதே என் இதயத்துடிப்பு அதிகரிப்பதை என்னால் உணர முடிந்தது. என் கையைப் பிடித்து இழுத்தாள்.

“ராகவன் ஆஃபீஸ் டைம் முடிஞ்சுது. நீ போ. கதை சொல்லும் நேரம். வா.. வா.. வா” என்றாள். இருவருமாக அலுவலகத்தின் உணவகத்தில் ஒரு மூலை தேடி அமர்ந்தோம். நான் கதையைத் தொடர்ந்தேன்.

ஜூடி 01

ஊரில் அம்மாவும் அப்பாவும் என்னை வேண்டாத விருந்தாளியைப் போல் பார்த்தார்கள். காலேஜுக்கு லீவு போட்டுவிட்டு இந்த நேரத்தில் எதற்கு வந்தாய் என்றார்கள். உங்களைப் பாக்கணும் போல இருந்தது என்று நான் சொன்னதை அவர்கள் சிறிதளவு கூட நம்பவில்லை என்பதை அவர்கள் முகமே காட்டியது. என் அப்பாவுக்கு சந்தேகம் அதிகரித்ததுதான் மிச்சம்.

"காலேஜ்ல ஏதும் பிரச்னையான்னு அவனைக் கேளு" என்றார் அப்பா. அவர் நேரடியாக என்னிடம் எதுவும் கேட்க மாட்டார். எல்லாமே அம்மா மூலமாகத்தான். என் பதிலும் அப்படித்தான் போகும். எப்போதாவது நேரடியாக என்னைக் கேட்கிறார் என்றால் அன்று எனக்கு நேரம் சரியில்லை என்று பொருள்.

"ஒண்ணும் இல்லைம்மா... கொஞ்சம் உடம்புக்கு முடியாம இருந்துச்சு.. தனியா ரூம்ல படுத்திருக்க முடியலை"

இது அம்மாவிடம் கொஞ்சம் வேலை செய்தது. ஆனால் அப்பாவின் சந்தேகப்பார்வை தொடர்ந்தது. அவருக்கெல்லாம் ஜூடி விஷயம் தெரிந்தால் தெருவில் ஓட விட்டு அடிப்பார். தரகு வியாபாரம், பெரிய சம்பாத்தியம் இல்லை என்றாலும் ஊருக்குள் அவருக்கென்று ஒரு மரியாதை இருந்தது. பல குடும்ப பஞ்சாயத்துகளை என் வீட்டின் காரை பூசிய வாசலில் கயிற்றுக் கட்டிலில் அமர்ந்து கொண்டு அவர் முடித்து வைப்பதை நானே பார்த்திருக்கிறேன். கல்லூரிக்குச் சென்ற இடத்தில் கிறிஸ்தவப் பெண்ணிடம் காதல் கொண்டேன் என்று அவருக்குத் தெரிந்தால் முதுகுத் தோல் உரிந்துவிடும். அப்பாவை அருகில் பார்க்கப் பார்க்க பயம் இன்னும் அதிகரித்தது. நான்கு நாட்களுக்குப் பிறகு அவருடைய கேள்விகளைத் தாக்குப்

பிடிக்க முடியாமல் சுவரில் அடித்த பந்தாய் திரும்பி வந்துவிட்டேன்.

ரோஸ் காட்டேஜ் பங்களாவின் மெயின் கேட்டை சத்தம் செய்து விடாமல் மெல்ல தள்ளித் திறந்து நுழையும்போது கிட்டத்தட்ட பைத்தியம் பிடிக்கும் நிலையில் இருந்தேன். யாரையும் நம்பி எதையும் சொல்ல முடியாத ஒரு அவஸ்தை. எல்லாவற்றையும் பகிர்ந்து கொள்ளும் நண்பர்களிடமிருந்தே ஒரு விஷயத்தை சொல்ல முடியாமல் மறைப்பது இன்னும் வலியாக இருந்தது.

பொம்மை போலிருந்த ஜூடியைப் பார்த்தெல்லாம் பயந்து நடுங்கும் நிலைமை ஒன்று எனக்கு வருமென்று நான் எதிர்பார்த்திருக்கவில்லை. இத்தனை பயத்துக்கும் தடுமாற்றத்துக்கும் இடையிலும் ஜூடியின் அந்தக் காதல் ஒரு சிறிய சிலிர்ப்பைத் தந்தது என்பதையும் மறுப்பதற்கில்லை. என்னிடம் அப்படி என்ன இருக்கிறது என்று கேட்டுக் கொண்டு நெடு நேரம் கண்ணாடி முன்பாக நின்று கொண்டிருப்பேன். அது நாள் வரை ஒரு பெண்ணுக்கு என்னைப் பிடிக்கும் என்று நான் நம்பியதில்லை. அதுவும் ஜூடி போன்ற அழகிக்கு. அது எனக்கு இன்னும் குழப்பத்தைக் கொடுத்தது.

கீழே மேரி ஆன்ட்டி கண்ணில் படவில்லை. பின் பக்கம் வேலையாக இருக்கலாம். நான் ஓசை எழுப்பாமல் படியேறி வந்து சேர்ந்தேன். அரை மணியில் கல்லூரிக்குக் கிளம்பும் அவசரத்தில் இருந்த நண்பர்கள் என்னைப் பார்த்ததும் குதூகலித்தார்கள். பிறகு என் முகத்தைப் பார்த்ததும் அடங்கினார்கள்.

“ஏன்டா எழவு விழுந்த மாதிரி இருக்கே? வீட்ல எதுவும் பிரச்னை இல்லையே?” என்றான் ரகு.

நான் பதில் பேசாமல் கல்லூரிக்கு தயாராகத் தொடங்கினேன். யாரோ படியேறி வரும் ஓசை கேட்டது. உள் அறையில் சென்று நின்று கொண்டேன். என் இதயம் பெரிதாக அடித்துக் கொண்டது. ஆனால் நடந்து வரும் ஓசை மெதுவாக இருந்தது. ஜூடி அத்தனை மெதுவாக அமைதியாக வரக்கூடியவள் அல்ல.

ஏதோ கேக் செய்ததாக எடுத்துக் கொண்டு மேலே வந்திருந்தவள் ரோஸி. அப்போதுதான் குளித்துவிட்டு

கல்லூரிக்குக் கிளம்பியிருந்தாள். அதனால் இன்னும் கூடுதல் அழகாக இருந்தாள். நேராக என்னிடம்தான் வந்தாள். பாத்திரத்தை என் கையில் வைத்து விட்டு வெளியேறும் முன்பாக என் காதருகில் வந்து அடிக்குரலில் சொன்னாள்.

"நடந்தது எல்லாம் எனக்குத் தெரியும். மரியாதையா டிரஸ் மாத்திட்டு தெருமுனைல இருக்கற கடைக்குப் பின்னால ஸ்கூல் கிரவுண்ட் இருக்குல்ல அங்கே வா.. உன்கிட்டே தனியா பேசணும்" என்றாள்.

எனக்காகக் காத்திருந்த ரகுவையும் இர்வினையும் பொய் சொல்லித் தவிர்ப்பதற்குள் போதும் போதுமென்றாகிவிட்டது.

"நீங்க முன்னாடி போங்கடா.. நான் அடுத்த பஸ் புடிச்சு செகண்ட் பீரியடுக்கு வரேன்.. வயிறு ஒரு மாதிரி இருக்கு" என்று அவர்களை அனுப்பிவிட்டு அவர்கள் தலை மறைந்ததும் இறங்கி வந்து அந்தப் பள்ளியின் மைதானத்தை அடைந்தேன். அதற்கு வேலியெல்லாம் இல்லை. சாலையிலிருந்து யார் வேண்டுமானாலும் நுழையலாம். தூரத்தில் சீருடை அணிந்த பிள்ளைகள் வாலிபாலைத் தட்டிக் கொண்டிருந்தார்கள்.

அவள் பேசப்போவது என்னவாக இருக்கும் என்று ஓரளவு தெரிந்திருந்ததால் எனக்கு திக் திக்கென்றிருந்தது. விஷயம் போகும் வேகத்தைப் பார்த்தால் கூடிய சீக்கிரம் என்னை மரத்தில் கட்டி வைத்து அடிக்கப் போகிறார்கள் என்று தோன்றியது. ஊரில் இப்படியெல்லாம் விவகாரம் என்றால் அதுதான் கண்டிப்பாக நடக்கும். அடிப்பது என் அப்பாவாக இருக்கும். ஆங்கிலோ இந்தியர்கள் மென்மையானவர்கள் அப்படியெல்லாம் வன்முறையாக எதுவும் செய்ய மாட்டார்கள் என்று எனக்கு நானே ஆறுதல் சொல்லிக் கொண்டேன். ஜூடியின் அப்பா துப்பாக்கி வைத்திருப்பாரோ?

ரோஸி எனக்கு முன்னால் வந்து காத்திருந்தாள். பெரிய நோட்டுப் புத்தகத்தை மார்போடு அணைத்திருந்தாள். அதன் இடைவெளியில் சில புத்தகங்களையும் மதிய உணவுக்கான பாக்ஸையும் லாவகமாகத் தாங்கியிருந்தாள். கொத்தும் பார்வைகளிலிருந்து மார்பகங்களை மறைத்துக் கொள்ளத்தான் அந்த டெக்னிக் என்று பின்னால் ஒரு நாளில் ஜூடியிடமிருந்து

தெரிந்து கொண்டேன். முழங்கால் வரையிலான ஒரு மிடியும் மேலே கையில்லாத ஒரு கவுனும் அணிந்திருந்தாள். சுருள் சுருளான முடியைக் காற்றில் அலைய விட்டிருந்தாள். என்னைப் பார்த்ததும் ஒரு மாதிரி விஷமமாகத் தலையசைத்து வரவேற்றாள்.

“டேய் பிரபூ... பூனை மாதிரி இருந்துட்டு என்னென்ன வேலை செஞ்சிருக்கே நீ?”

நான் அவசரமாக இடைமறித்தேன்.

“ரோஸி.. என்னை நம்பு.. நான் எதுவுமே பண்ணலை” என்றேன். தொண்டையிலிருந்து குரல் வர மறுத்தது. கிட்டத்தட்ட அழுதுவிட்டேன். என் பீதியைப் பார்த்து ரோஸி முகம் மாறிப் புன்னகைத்தாள். அவள் முகத்தில் ஒரு பரிதாபம் வந்திருந்தது.

“டேய் இடியட்... பயந்துட்டியா? அந்த லூசு அப்படித்தான். அவளையெல்லாம் சீரியஸா எடுத்துக்காதே” என்றாள். முதல் முறையாக நெஞ்சில் ஒரு நிம்மதி பரவியது. வீசிய காற்று குளிராக நுழைந்து அவள் கூந்தலைக் கலைத்தது. முகத்தில் விழுந்த கற்றைகளை ஒதுக்கிக் கொண்டாள். அவளுக்கு விஷயம் தெரியும் என்பது எனக்கு ஒரு பக்கம் நிம்மதியாக இருந்தது. இன்னொரு பக்கம் சங்கடமாக இருந்தது. இனி எப்படி அந்தக் குடும்பத்துடன் இயல்பாகப் பழகுவது?

“அவளை சின்னப் பொண்ணுன்னு நினைச்சேன். அதுதான் கொஞ்சம் விளையாட்டா பழகிட்டு இருந்தேன். அவ இப்படி ஒரு ஐடியாவ வளத்துக்கறான்னு எனக்குத் தெரியாது. ரொம்ப ஃபோர்ஸா இருக்கா. எனக்கு பயமா இருக்கு. நான் வேணும்னா வேற இடம், வீடு பாத்துப் போயிடவா?”

அவள் அடக்க மாட்டாமல் சிரித்து விட்டாள். பிறகு “சாரி...” என்றாள்.

“பைத்தியமா நீ? அவ சின்னப் பொண்ணுதான். ஆனா அவ அடம் பத்தி உனக்குத் தெரியாது. ஒண்ணு வேணாம்னு சொன்னா அதைத்தான் தேடிப் போய் செய்வா. நீ எங்கே போனாலும் துரத்திட்டு வருவா. நான் ஒண்ணு சொல்லட்டா...

இப்போதைக்கு அவ போற போக்குல விடு. அவ புத்திசாலிதான். ஆனா வயசு அப்படி. எனக்கு நல்லா தெரியும் கொஞ்ச நாள்ல அவளே மாறிடுவா. ஆனா அது வரைக்கும் ஊர் நாட்டான் மாதிரி தங்கச்சி அது இதுன்னு அவகிட்ட உளறாம இரு. அதுவே போதும். அன்னிக்கு அவ இருந்த கோபத்துக்கு உன்னைக் கொன்னு போட்டிருப்பா.. தங்கையாம் தங்கை...”

என்னால் என் காதுகளை நம்ப முடியவில்லை.

“அப்போ இது எல்லாமே உனக்குத் தெரியுமா? நீ அக்காதானே? அட்வைஸ் பண்ணக் கூடாதா?”

ரோஸி சிரித்தாள்.

“எனக்கு அதான் வேலையா? அட்வைஸ் பண்ணாம இருக்கற வரைக்கும்தான் ஜூடி என்கிட்டே எல்லாம் சொல்லுவா... என்னோட மரியாதையை நான் காப்பாத்திக்கறேன். ஆனா உன்னைப் போயி எப்படி அவளுக்குப் புடிச்சிருக்கு?” என்றாள் என்னை மேலிருந்து கீழாகப் பார்த்து. என் முகம் சிவந்தது.

“போதும் ரொம்ப ஓட்டாதே. ஆனா ஆன்ட்டிக்கு இது தெரிஞ்சா பெரிய பிரச்னை ஆகிடும் ரோஸி”

ரோஸி அமைதியானாள். சற்று நேரம் கனமாகக் கழிந்தது. தூரத்தில் விளையாடிய பிள்ளைகளைப் பார்த்தபடி நின்றாள். ஏதோ சொல்ல நினைத்து தன்னைக் கட்டுப்படுத்திக் கொண்டு ஒரு பெருமூச்சு விட்டாள்.

“அது ஒரு தனிக் கதை பிரபு. தன்னோட பிரச்சனையை தீர்க்கவே மம்மிக்கு நேரம் இல்லை. ஜூடி இப்படி அடமா ஆகிப் போனதுக்கு வீட்டுல நடக்கற பிரச்சனைகளும் ஒரு காரணம். மம்மிக்கும் டாடிக்கும் நடுவுல நிறைய ப்ராப்ளம் போகுது. அதனால ஜூடிக்குக் கிடைக்க வேண்டிய அட்டென்ஷன் கிடைக்கலை. இது ஒரு வித அட்டென்ஷன் சீக்கிங்தான். ஆனா இர்வினுக்கெல்லாம் என் வீட்டுல நடக்கறது தெரிய வேணாம்”

இன்னும் கேட்டிருந்தால் விளக்கமாக சொல்லியிருப்பாள். அப்படி நான் கேட்கவேண்டும் என்று அவள் விரும்பியது போலத்தான் எனக்குத் தோன்றியது. ஆனால் அவர்கள் வீட்டு

விவகாரத்தை அதற்கு மேல் தோண்ட எனக்கு விருப்பம் இல்லை.

ரோஸியை முதலில் போகவிட்டு சிறிது நேரம் சென்று நான் கிளம்பியபோது ஜூடியும் ரோஸியும் எனக்கு முன்னால் இணைந்து நடந்து கொண்டிருந்தார்கள். அவள் சொல்லித்தான் ரோஸி என்னிடம் பேசியிருக்கிறாள் என்று புரிந்தது. இனிமேல் என்னை சங்கடப்படுத்துவது போல் நடந்து கொள்ள மாட்டேன் என்று ரோஸி வழியாக ஜூடி ஒப்புக் கொண்டாள். அங்கே ஒரு போர் நிறுத்த ஒப்பந்தம் நிறைவேறியிருந்தது. என் வாழ்வில் ஒரு தற்காலிக அமைதி நிலவி ஒரு பொற்காலம் தொடங்கியது.

ஜூடி 03

"உனக்கு அந்த ரோஸி மீது ஒரு கண் என்று தோன்றுகிறது"

இதை சொல்லிவிட்டு மூன்றாம் ஜூடி தன்னுடைய காபியைக் குடித்தபடியே என்னைக் கூர்ந்து பார்த்தாள்.

"அவள் அழகுதான்.. ஆனா எனக்கு அவுட் ஆஃப் லீக். வெள்ளையா அழகான புத்திசாலியா.. ஒரு மாதிரி இன்ஃபீரியாரிட்டி காம்ப்ளெக்ஸ் எனக்கு... ஜூடி கூட அப்படித்தான். அவளுக்கு என்னைப் பிடித்திருந்தது என்பதை என்னால் நம்பவே முடியவில்லை"

"வெள்ளையாக இருந்தால் என்ன?"

"எங்கள் நாட்டில் அதற்கென்று தனி மரியாதை உண்டு. வெள்ளைக்காரர்கள் எங்களை ஆண்டதாலா என்று தெரியாது. வெள்ளைத் தோல் என்றால் அழகுன்னு நினைப்பாங்க. பொது இடத்துல மதிப்பு கூடுதலாக இருக்கும். குழந்தை நிறம் கருப்பாப் போச்சுன்னு வருத்தப்படறவங்க இன்னும் இருக்காங்க"

"வாவ்.. இது ரேசிசம்ல வராதா?"

"வேற யாராவது நம் நிறத்தை வைத்து நம்மைத் தாழ்த்தினால்தானே ரேசிசம்? சொல்லப் போனா இது ஆப்போசிட். சொந்த இனத்தையும் அதோட நிறத்தையும் தாங்களே கீழா நினைக்கறது. ரிவர்ஸ் ரேசிஸம்னு வேணா சொல்லிக்கலாம்"

ஜூடி வெளிர் நிறத்தில் இருந்த தன்னுடைய கையைப் பார்த்துக் கொண்டாள். அதை என் கை மீது வைத்தாள். ஒரு சிறிய புன்னகையுடன் கேட்டாள்.

"இப்போ எனக்கு உன்னைப் பிடிச்சிருக்குன்னு நான் சொன்னாலும் நீ நம்ப மாட்டாயா?"

அவள் விளையாட்டாகத்தான் செய்கிறாள் என்றாலும் ஜிவ்வென்று இருந்தது.

"இப்போ வாழ்க்கையில் நிறைய பாத்துட்டேன் ஜூடி. வெள்ளைக்காரங்க நடுவுல வாழ்ந்துட்டேன். அந்த நிறத்தின் மீதான பிரமிப்பு போயிடுச்சு. அதனால நம்புவேன். ஆனாலும் வெள்ளைத் தோல் மேல ஒரு கூடுதல் கிறக்கம் இருக்குதான். வளர்ப்பு அப்படி"

சிரித்தாள்.

"உன் நிறத்துக்கு என்ன பிரபு குறை? உன்னுடைய தோல் எத்தனை அழகா உயிரோட்டமா இருக்கு. எனக்கு என்னுடைய நிறம் பிடிக்கவே பிடிக்காது. நாங்க மேக்அப் போடவில்லை என்றால் முகத்தில் எது எங்கே இருக்கிறது என்றே தெரியாது"

"அதெல்லாம் இருக்க வேண்டிய இடத்தில் கச்சிதமாக இருக்கிறது. நான் முகத்தை மட்டும் சொல்லவில்லை" என்றேன்.

"பிரபு.. நீ என்னோடு ஃப்ளிர்ட் செய்ய முயற்சிக்கிறாய் என்றால் இன்னும் கொஞ்சம் பெட்டராக எதிர்பார்க்கிறேன்"

இதைச்சொன்னபோது அவள் புன்னகைத்துக் கொண்டிருந்தாள். கொஞ்சம் நிம்மதிப் பெருமூச்சு விட்டேன். மறுபடி ஃப்ளிர்ட் செய்ய நேரம் எதிர்பார்க்கத் தொடங்கினேன்.

ஆனால் அது கிடைக்கவே இல்லை. அந்த நாளுக்குப் பிறகு எங்கள் வேலை முழு வீச்சில் தொடங்கிவிட்டது. அதன் பிறகு ஜூடியுடன் அதிகம் பேசும் சந்தர்ப்பம் வாய்க்கவில்லை. அவ்வப்போது அலுவல் தொடர்பான சந்திப்புகள் நடந்தாலும் எங்களுக்குள் தனிப்பட்ட உரையாடல்கள் நடக்க வாய்ப்பில்லாமல் போனது. வேலை என்று வந்துவிட்டால் நான் கொஞ்சம் தீவிரவாதி ஆகி விடுவேன். என்னைச் சுற்றி நடப்பது எதுவுமே கவனத்தில் இருக்காது. என்னுடைய பலம், பலவீனம் இரண்டுமே அதுதான்.

ஜூடி ஓரிரு முறை என் அலுவலக ஸ்லாக் மெசஞ்சரில் அழைத்திருந்தாள். நான் பதிலளிக்கவில்லை. அவள் என் கேபினுக்கு வந்து எட்டிப் பார்க்கும்போதெல்லாம் என்னோடு யாராவது ஒருவர் இருந்தார்கள். அவள் அப்புறம் வருவதாக சைகை செய்து செல்வாள். மறுபடி வரும்போதும் அதே கதைதான். தொடர்ந்து இரண்டு நாட்கள் என்னால் அவளுடன் தனிமையில் அமர்ந்து கதை பேச முடியவில்லை.

ஒரு வழியாக மூன்றாம் நாள் சிறிது மூச்சு விட இடைவெளி கிடைத்தது. முதல் வேலையாக அவளைத்தான் தேடிச் சென்றேன். அவள் இருக்கைக்குச் சென்று பார்த்த போது ஜிம் ஜூடியுடன் அமர்ந்து பேசிக் கொண்டிருந்தான். அவன் சொன்ன ஏதோ ஒரு ஜோக்குக்கு ஜூடி விழுந்து விழுந்து சிரித்துக் கொண்டிருந்தாள்.

எனக்கு ஏன் அப்படி ஒரு கோபம் வந்ததென்று தெரியவில்லை. ஜிம்மை ஓங்கிக் குத்த வேண்டும் போலிருந்தது. ஆனால் அவன் பதிலுக்குக் குத்துவான் என்ற உண்மை என்னை சாந்தப்படுத்தியது. அவன் பெயரில் மட்டுமல்ல வாழ்க்கையிலும் ஜிம் இருந்ததால் சேதாரம் யாருக்கு அதிகம் இருக்கும் என்பதில் எனக்கு எந்த சந்தேகமும் இல்லை.

இப்போது அவர்கள் அருகே செல்வதா வேண்டாமா என்று தயங்கினேன். ஆனால் அவர்கள் என்ன பேசிக் கொண்டிருக்கிறார்கள் என்ற கேள்வி வேறு அரித்தெடுத்தது. அவர்களைப் பார்க்காத மாதிரி என்னை வைத்துக் கொண்டு மெல்ல நெருங்கினேன். அது எனக்கே கொஞ்சம் சில்லறைத்தனமாக இருந்தது. இந்த நேரத்தில் என்னை யாரும் பார்த்துவிடக் கூடாது. குறிப்பாக அந்த ராகவன். இப்படி நினைத்தபடி திரும்பியபோது ராகவன் நின்றிருந்தான்.

"நான்தான் சொன்னேனே? ஜிம் பயலுக்கு ரொம்ப கேப் கொடுக்காதே கெடா வெட்டிடுவான்னு"

ராகவன் தொடர்ந்தான்.

"இனிமேல் உனக்கு எங்கே? போய் மிச்சம் மீதி ஆஃபிஸ் வேலையை முடி. கவலைப்படாதே.. வழக்கம் போல ரெண்டு மாசத்துல ஜிம் எப்படியும் அவளைக் கழட்டி விட்டுடுவான்.

அப்புறமா உனக்கும் ஒரு சான்ஸ் வரும். என்ன அவ லண்டன்ல இருப்பா. அவ்வளவுதான்''

"நீ சொல்ற மாதிரியெல்லாம் இருக்காது. சும்மாதான் பேசிக்கிட்டு இருக்காங்க''

நான் சொல்லிக் கொண்டிருக்கும்போதே ஜூடி நிமிர்ந்து பார்த்தாள். என்னையும் ராகவனையும் கவனித்து விட்டாள். உற்சாகமாக அவர்கள் அருகே வரும்படி கையசைத்தாள். வேண்டா வெறுப்பாக நான் அருகே செல்ல ராகவன் தொடர்ந்தான். ஜூடி தன் அருகே இருந்த இருக்கைகளில் எங்கள் இருவரையும் அமரச் செய்தாள்.

"ப்ரபு... ஜிம் தன்னுடைய கல்லூரிக் கதைகளைப் பற்றி சொல்லிக் கொண்டிருந்தான். வெரி ஃபன்னி''

அவள் என்னை வெறுப்பேற்றுகிறாள். நீ கதை சொல்லவில்லை என்றால் என்ன எனக்குக் கதை சொல்ல ஆயிரம் பேர் கிடைப்பார்கள் என்று அவள் சொல்வது போலத் தோன்றியது. அது உண்மைதான். அந்த அழகுக்கு நிச்சயம் கிடைப்பார்கள். அதன் பிறகு அங்கே நடந்த எந்த உரையாடலும் என் காதில் ஏறவில்லை.

நான் எதுவும் பேசாமல் இருப்பதைப் பார்த்த ராகவன் என் கால்களை சன்னமாக மிதித்தான்.

"காபி சாப்பிடப் போலாமா?'' என்றேன்.

அவள் தயக்கமாக ஜிம்மைப் பார்த்தாள். ஓ.. இப்போது அவன்தான் எல்லாவற்றையும் முடிவு செய்கிறானா?

"காபி? இட்ஸ் டைம் ஃபார் டின்னர்.. ஜூடி இன்று என்னோடு டின்னருக்கு வருகிறாள்'' என்றான் ஜிம்.

"சாரி ப்ரபு. நாம் அப்புறம் பார்க்கலாம்'' என்றாள் ஜூடி. அவர்கள் இருவரும் ஒன்றாக எழுந்து கொண்டார்கள். ஏமாற்றத்தை எவ்வளவு மறைக்க முயன்றாலும் அது என் முகத்தில் பரவியதைத் தடுக்க முடியவில்லை. எனக்குள் காரணமில்லாத கோபம் திகுதிகுவென்று எரிந்து கொண்டிருந்தது. ஜூடியை ஒட்டிக் கொண்டு ஒரு நாடகத்தனமான கவனிப்போடு ஜிம் அவளை வழி நடத்திச் சென்றான். அவ்வப்போது

பொய்யாக அவளைப் புகழ்ந்து கொண்டிருந்தான். இதையும் எப்படி இந்தப் பெண்கள் நம்புகிறார்கள்?

ராகவன் என் தோள் மீது கை வைத்து அறிவுரையோ ஆறுதலோ போல ஏதோ சொல்லப் போனான். நான் அவன் வாயைத் திறக்கும் முன்பாக கையை உயர்த்தித் தடுத்தேன்.

“அப்படியே நிறுத்திக்கோ. இப்போ ஏதாவது பேசினேன்னு வெச்சுக்கோ ஓங்கி நடு மூக்குல நச்சுன்னு குத்திடுவேன். ஃப்ரெண்டா மரியாதையா இங்கிருந்து போயிடு”

ராகவன் அமைதியாக எழுந்து சென்றுவிட்டான்.

சற்று நேரம் சுவரைப் பார்த்தபடி தனிமையில் அமர்ந்திருந்தேன். திடீரென்று அந்தச் சோர்வு என்னை ஆட்கொண்டது. ஒரு வேளை நான்தான் என் தகுதிக்கு மீறி ஆசைப்படுகிறேனோ? அவள் யார் என்னவென்றே இன்னும் தெரியவில்லை. பார்க்கப் பார்க்க அழகாக இருக்கிறாள், எனக்குப் பிடித்த ஜூடி என்ற பெயர் வைத்திருக்கிறாள், அவ்வளவுதான். இவற்றை மட்டும் வைத்துக் கொண்டு நானாக அவள் மேல் இப்படி ஒரு ஆசையை வளர்த்துக் கொண்டிருக்கிறேன். தன் இருப்பைப் பொருட்படுத்தாத ஒருத்தியின் பின்னால் ஏதோ ஒரு நம்பிக்கையில் பைத்தியமாக அலையும் விடலைப் பையன் போல என்னை உணர்ந்தேன்.

போதும். இனிமேல் ஜூடியெல்லாம் ஏறக்கட்டிவிட்டு நம் வேலையை மட்டும் பார்க்க வேண்டும் என்று மனதுக்குள் ஒரு உத்வேகம் தோன்றியது. உறுதியோடு எழுந்தேன். நேராக ராகவனிடம் சென்றேன். இந்த முறை பிகு செய்து கொள்வது அவன் முறை.

“எதுக்குடா நடு மூக்குல குத்த வந்தியா?”

“இல்லடா.. நீ சொல்றது சரிதான்... ஜூடியெல்லாம் எனக்கு கொஞ்சம் டூ மச் தான்” என்றேன் தோற்றுப் போன தொனியில். ராகவன் என் குரலில் இருந்த மாற்றத்தை உணர்ந்திருக்க வேண்டும்.

“அப்பியரன்ஸ் எல்லாம் நீ நல்லா ஸ்மார்ட்டாதான்டா இருக்கே... ஆனா என்ன ஒரு மஞ்சநாயக்கன்பட்டி வளர்ப்புக்கு

லண்டன் வளர்ப்பு செட் ஆகாது. விடு இப்பவாவது நான் சொல்றது உன் மண்டைல..."

அவன் பேசிக் கொண்டிருக்கும்போதே போன் அடித்தது. அது ஜூடியின் தற்காலிக எண். ராகவன் என்னைக் கேள்வியாகப் பார்த்தான்.

"எமகாதகி... இப்ப உனக்கு எதுக்கு போன் பண்றா? ஸ்பீக்கர்ல போடு... ரெண்டு பேரையும் ஒரே நேரத்துல ஓட்டிட்டு இருக்கா" என்றான்.

ஸ்பீக்கரில் போட்டு போனை மேசையில் வைத்தேன்.

"நான் ஜூடி பேசுகிறேன்.. ஹலோ.. கேட்குதா?"

"என்ன ஜூடி?"

"என்னை ஆரஞ்ச் ரெஸ்டாரெண்டுக்கு வெளியே பிக் அப் செய்து கொள்கிறாயா?"

"என்ன ஆச்சு ஜூடி?"

"ப்ளீஸ் பிரபு.. கொஞ்சம் உடனே வர முடியுமா?"

அவள் குரலிலிருந்து அங்கே ஏதோ நடந்திருக்கிறது என்று புரிந்தது.

முடியாதுன்னு சொல்லு என்று சைகை செய்தான் ராகவன். அவளுக்கு சம்மதத்தைத் தவிர எதையும் என்னால் தர முடியும் என்று தோன்றவில்லை.

"சரி வருகிறேன்" என்றேன். ராகவன் பக்கத்தில் இருக்கும் சுவரில் வலிக்காமல் முட்டிக் கொண்டிருந்தான்.

போனை வைத்ததும் ராகவனைப் பார்த்தேன்.

"நீ திருந்திட்டதா ஒரு நொடி தப்பா நினைச்சுட்டேன்டா. போ போ.. கிளம்பு.. மகாராணி உத்தரவு... இனி நான் சொன்னா எங்கே கேக்கப் போறே?"

கார் சாவியை அவசரமாக எடுத்துக் கொண்டு கிளம்பினேன். இனி அவள் யாரோ நான் யாரோ என்று எடுத்துக் கொண்ட உறுதி பத்தே நிமிடங்களில் காற்றில் பறந்து கொண்டிருந்தது.

அந்த உணவகத்தின் வெளியே குளிரில் காத்துக் கொண்டிருந்தாள் ஜூடி. என் காரைப் பார்த்ததும் வேகமாக வந்து ஏறிக் கொண்டாள். அவளிடம் ஒரு படபடப்பு இருந்தது.

"டின்னர் எப்படிப் போனது?" என்றேன்.

"கேட்காதே" என்றாள்.

"ஏன்?"

"அந்த ஜிம்.. காட் ஹீ ஈஸ் க்ரீப்பி... இந்த இரண்டு மணி நேரமும் என்னுடைய ஆடைகளைக் கழற்றுவதுதான் அவனுடைய பேச்சுகளின் நோக்கமாக இருந்தது. முதலில் என்னை அவன் வீட்டுக்கு அழைத்தான். நான் அதற்கு மறுத்ததும் ஹோட்டலில் விட்டு விடுவதாக சொன்னான். அங்கே வந்தால் என் ஹோட்டல் அறைக்கு வந்து என் பேண்ட்டுக்குள் நுழைவதுதான் அவன் நோக்கமாக இருந்திருக்கும். நீ தினமும் போல பிக் அப் செய்ய வருகிறாய் என்று சொல்லிதான் அவனிடமிருந்து கழன்று கொண்டேன்"

"ஜிம் அப்படித்தான். அது இங்கே அனைவருக்கும் தெரியும். உனக்குத் தெரியாமல்தான் டின்னர் போனியா?" என்றேன் சற்று சூடாகவே.

"எல்லாம் தெரியும். ஆனால் ஆள் வேறு பார்க்க நன்றாக இருக்கிறானே?"

"அது என்னவோ உண்மைதான்"

"அதிலும் தன் காதலிகளின் எண்ணிக்கையை அவன் ஒரு டிராபி போல நினைக்கிறான். அவன் காதல் கதைகளின் புராணம். தாங்க முடியவில்லை" என்றாள்.

"நீ என்னை சொல்லவில்லையே?" என் குரலில் இருந்த காயம் பட்ட தொனியை அவள் கவனித்திருக்க வேண்டும்.

"ஓ.. பிரபு.. நோ.. நீயும் அவனும் ஒன்றா?"

"அப்படி என்ன வித்தியாசம்?"

"அவன் அடுத்த வாய்ப்புக்காக கதை சொல்கிறான். நீ இந்தக் கதைகளை எனக்குச் சொல்வதால் உனக்கு இருக்கும் கொஞ்ச

நஞ்ச வாய்ப்புகளையும் கெடுத்துக் கொள்கிறாய் என்று உனக்குத் தெரியும். ஆனாலும் சொல்கிறாய் அல்லவா? அதுதான் எனக்குப் பிடித்திருக்கிறது"

"அப்போ எனக்கு வாய்ப்பே இல்லையா?" என்றேன். எங்கிருந்து எனக்கு அந்த தைரியம் வந்ததென்று தெரியவில்லை.

"உன் ஜோடிகளின் கதையை முழுதாகக் கேட்டுவிட்டு சொல்கிறேன்" என்றாள்.

"அப்போ எனக்கும் ஒரு வாய்ப்பு இருக்கு"

"நீ உன் கதையை சொல்லு முதலில்" என்றாள் புன்னகையுடன். அவளிடம் இறுக்கம் மறைந்து ஒரு இயல்பு வந்திருந்தது.

"சரி.. நாளைக்கு மாலை?"

"இப்போ சும்மா காரில்தானே போறோம்?"

"ஆமா"

"சொல்லு சொல்லு" என்றாள் கைகளை பரபரவென்று தேய்த்தபடியே. நான் விட்ட இடத்திலிருந்து முதலாம் ஜோடியின் கதையை சொல்லத் தொடங்கினேன்.

ஜூடி 01

அதன் பிறகு நான் ரோஸியின் அறிவுரைப்படி எல்லாவற்றையும் ஜூடியின் போக்கில் விட்டுவிட்டேன். அவள் யார் சொல்லியும் கேட்பவளாக இல்லை என்பதால் எனக்கு வேறு வழியும் இல்லை. அவளிடம் எல்லாவற்றுக்கும் ஒரு துடுக்கான பதில் இருந்தது. அல்லது திணறடிக்கும் எதிர்க்கேள்வி ஒன்று இருந்தது. அவளுக்கு மறுப்பு சொல்லிவிட்டால் என்னை எப்படி வழிக்குக் கொண்டு வரவேண்டுமென்பதும் அவளுக்குத் தெரிந்திருந்தது. நாளடைவில் அவள் என்ன சொன்னாலும் கேட்கும் நிலைக்கு நான் வந்திருந்தேன்.

திடீரென்று பத்து பக்கங்களில் ஒரு கடிதம் எழுதிக் கொண்டு வந்து தருவாள். சுத்தமான ஆங்கிலத்தில் மணி மணியான கையெழுத்தில் இருக்கும். கோடுகள் இல்லாத காகிதத்தில்தான் எழுதுவாள். அவள் எழுதியிருப்பதே நேர்கோடு போட்டது போல இருக்கும். பல நேரங்களில் என்ன எழுதியிருக்கிறாள் என்று புரியாதென்றாலும் அந்தக் கையெழுத்தின் நேர்த்திக்காக அப்படியே பார்த்துக் கொண்டிருப்பேன். என்னுடைய ஆங்கிலமெல்லாம் ஜாக்கிசான் படங்களோடு சரி. ஆக்ஷன் படங்களில் மொழி ஒரு தடையில்லை. நான்கு வாக்கியங்கள் பேசிவிட்டு நாற்பது நிமிடங்கள் சண்டை நடக்கும். நான் பார்த்த வேறு சில ஆங்கிலப் படங்களும் ஒரு மாதிரி ஆக்ஷன் வகைதான். அங்கும் மொழி ஒரு தடையாக இல்லை. கடிதத்தைத் தந்துவிட்டு என் முகத்தையே பார்த்துக் கொண்டு நிற்பாள்.

“உன்னோட ரியாக்ஷனைப் பாக்கணும்” என்று சொல்லி எதிரில் கையைக் கட்டி அமர்ந்திருப்பாள். அதுக்குப் புரியணும்ல என்று மனதுக்குள் நினைத்துக் கொள்வேன். ஆனால் அத்தனை

கனத்தில் என்னைப் பற்றி ஒருத்தி காதல் கடிதம் எழுதிக் கொண்டு வந்திருக்கிறாள் என்பது சற்று கர்வமாகக் கூட இருக்கும்.

அவள் எதிர்பார்த்த ரியாக்ஷன் கடைசிவரை அவளுக்குக் கிடைத்ததா என்று தெரியவில்லை. ஏனென்றால் தனக்கு வந்த காதல் கடிதத்தை டிக்ஷனரி வைத்துப் படித்த ஒரே காதலன் நானாகத்தான் இருப்பேன். அவளுடைய ஆங்கிலம் மட்டுமல்ல, அவள் வீட்டில் எல்லோருடைய ஆங்கிலமும் அத்தனை சுத்தமாக அழகாக இருக்கும். என் தடுமாற்றத்தை ரசித்து சிரித்தபடியே அமர்ந்திருப்பாள். அதற்காகவே மெனக்கெட்டு எழுதுகிறாளோ என்று கூடத் தோன்றும்.

எங்கிருந்தோ வந்து அப்போதைய காலத்தில் வல்லரசாக இருந்த ஒரு தேசத்தை அடிமைப்படுத்தியது ஆங்கிலேயர்களின் வீரம் அல்ல. அவர்களிடம் இருந்த நேரம் தவறாமையும் ஒழுக்கமும்தான். அப்போதைய இந்தியாவில் அதெல்லாம் மருந்துக்குக் கூட இல்லை. அதை ஆங்கிலோ இந்தியர்களிடமும் நான் பார்த்தேன். மாலையில் சொல்லி வைத்தது போல் டீ பிஸ்கட் வைத்துக் கொண்டு அமர்ந்து விடுவார்கள். அந்த நேரத்தில் மொத்தக் குடும்பமும் அங்கே அமர்ந்திருக்கும். செடி கொடிகளை நேரம் தவறாமல் கத்தரித்துப் பராமரிப்பார்கள். ஸ்பூன் ஃபோர்க் கொண்டு அத்தனை அழகாக சாப்பிடுவார்கள். தட்டுக்கு இரு பக்கமும் எதை எந்தப் பக்கம் வைப்பது முதல் ஒரு ஒழுங்கு இருந்தது. ஜூடியிடம் அதைப் பற்றி வியந்து சொல்லியிருந்தேன். எனக்கு ஸ்பூன் வைத்து சாப்பிடத் தெரியும். ஆனால் கத்தியையும் ஃபோர்க்கையும் பயன்படுத்த வரவில்லை.

அன்று சாப்பாடு எடுத்து வைத்துவிட்டு மேரி வெளியே சென்றிருந்தார். ரகுவும் இர்வினும் சாப்பிட்டு முடித்து மாடிக்குக் கிளம்பியிருந்தார்கள். அதற்காகவே காத்திருந்தது போல் ஜூடி உள்ளிருந்து வந்தாள். எழப் போன என்னைப் பிடித்து அழுத்தி உட்கார வைத்தாள். ஒரு ஸ்பூனையும் ஃபோர்க்கையும் கத்தியையும் எடுத்து வந்தாள். எனக்குப் பின்னால் நின்று கொண்டு இரண்டு கைகளையும் பிடித்து என் தட்டில் இருந்த மாமிசத் துண்டை எப்படி கை படாமல் சாப்பிடுவது என்று கற்பிக்கத் தொடங்கினாள்.

ஷான் கருப்பசாமி 59

அவள் கன்னம் என் கன்னத்தில் உரசிக் கொண்டிருந்தது. அவள் மூச்சுக்காற்றை எனது கழுத்தில் உணர முடிந்தது. அவள் குரலின் மெல்லிய அதிர்வுகள் என் காதுகளில் துல்லியமாக விழுந்து என்னை ஏதேதோ செய்தன. அவள் என்ன சொல்லித் தந்தாள் நான் என்ன கற்றுக் கொண்டேன் என்பதைத் தாண்டி நான் நினைத்திருப்பது போல் அவள் ஒரு சிறுமி அல்ல என்பதை உணர்ந்து கொண்ட தருணம் அது. அவள் நீண்ட நேரம் எனக்கு சொல்லித் தந்து கொண்டிருந்தாள். ரோஸி வந்து தொண்டையைச் செருமி ஆட்டத்தைக் கலைக்கும் வரை.

அதை நிரூபிப்பது போல் இரண்டு வருடங்களில் ஜூடி விடு விடுவென்று வளர்ந்து நின்றாள். அதுவரை எங்கே இருந்தது என்பது போல அவள் அழகு பல மடங்கு அதிகரித்திருந்தது. அத்தோடு அவள் அருகாமையும் ஒரே வீட்டுக்குள் எங்களுக்குக் கிடைத்த வாய்ப்புகளும் என்னைத் தடுமாறச் செய்தன. ஆனால் எந்த இடத்தில் குறுக்கிட வேண்டும் என்று ரோஸிக்குத் தெரிந்திருந்தது.

“அவ அப்படித்தான் ஆட்டம் போடுவா.. நீதான் கன்ட்ரோலா இருக்கணும்” என்று ரோஸி எச்சரித்திருந்தாள். வரம்பு மீறி எதுவும் செய்யமாட்டேன் என்று வாக்குக் கொடுத்திருந்தாலும் என்னுடைய உறுதியை ஒவ்வொரு நாளும் ஜூடி அசைத்துப் பார்த்தாள். சினிமாவுக்கு அழைத்துச் செல்லும்படி வற்புறுத்தினாள். தனிமை நிமிடங்களில் திடீரென்று பாய்ந்து கட்டிக் கொள்வாள். விடமாட்டேன் என்று அடம் பிடிப்பாள். எனக்கு திக் திக்கென்று இருக்கும். எப்படியோ சமாளித்துக் கொண்டிருந்தேன். பாதாளக் கிணறு மேல் கயிறு கட்டி அதன் மீது தலைகீழாக நடப்பது போலத்தான் என் நிலை.

இர்வினும் ரகுவும் அப்படி ஒரு தருணத்தில் திடீரென்று அறைக்குள் வந்து விட்டார்கள். இது எப்போதாவது நடக்கும் என்று நான் நினைத்திருந்ததுதான். நான் பேயைக் கண்டது போல் ஆனேன்.

ஆனால் நான் எதிர்பார்த்ததைப் போல அவர்கள் அதிர்ச்சியெல்லாம் ஆகவில்லை. நான் ஜூடியைத் தள்ளிவிட முயன்றேன். ஜூடி அவர்களைப் பார்த்ததும் இன்னும்

இறுக்கமாக கட்டிக் கொண்டாள். நான் நெளிந்து விடுபட முயன்று கொண்டிருந்தேன். ஜூடி இறங்கிப் போனதும் இருவரும் பெரிதாக சிரித்தார்கள்.

“இது ஊருக்கே தெரியும். கூடவே இருக்கோம் எங்களுக்குத் தெரியாதா? இதை ரகசியமா வெச்சிருக்கறதா நீதான் நினைச்சுட்டு இருக்கே. சரி உன் நினைப்பை ஏன் கெடுக்கணும்னு விட்டுட்டோம். ஆனாலும் ஒரு வார்த்தை சொல்லியிருக்கலாம்டா நீ” என்றான் இர்வின்.

அவன்தான் முதலில் என் சொக்காயைப் பிடிப்பான் என்று நினைத்துக் கொண்டிருந்தேன். “என் மேல கோபம் வரலையாடா?” என்றேன். என் தோள் மேல் கை போட்டுக் கொண்டு சிரித்தான். எங்கள் மூவரில் அவன் பக்குவமானவன்.

“நீ பல வருசமா என் ஃப்ரண்டுடா... உன்னால ஜூடிக்கு ஒண்ணும் ஆகாதுன்னு எனக்கு நல்லாத் தெரியும். ஆனா அவ உன்னை என்னவெல்லாம் பண்ணுவான்னுதான் எனக்கு பயமா இருக்கு”

அவன் இதை சொல்லி முடிக்கும்போது சிரிக்கவில்லை. அவனிடம் உண்மையாகவே அந்த பயம் தெரிந்தது. எனக்கும் அந்த பயம் இருந்தது. ஜூடி என் கட்டுப்பாட்டுக்குள் இருந்தாளா அல்லது நான் அவள் கட்டுப்பாட்டுக்குள் இருந்தேனா என்று தெரியவில்லை. இரண்டாவதுதான் உண்மையாகத் தெரிந்தது. நான் என்ன உடை அணியவேண்டும், எப்படி சாப்பிட வேண்டும், என்னுடைய படிப்புக்கான டைம் டேபிள் என்று எல்லாவற்றையும் அவள்தான் தீர்மானித்தாள். ஒரு செமஸ்டர் விடுமுறை முழுக்க அவளுக்காக ஊருக்கு செல்லாமல் அங்கேயே தங்கினேன். அவளால் தங்க வைக்கப்பட்டேன். மேரி ஆன்ட்டியிடம் ஏதோ ப்ராஜக்ட் என்று காரணம் சொன்னேன். என் ஒவ்வொரு அசைவையும் ஜூடி முடிவு செய்யத் தொடங்கினாள்.

என்னுடைய எல்லா கிரிக்கெட் மேட்சுகளிலும் அவள் தவறாமல் இருந்தாள். பெருமையோடு என்னுடைய பரிசுக் கோப்பைகளைச் சுமந்து கொண்டு வீடு வரை வருவாள். தனிமையில் நடக்கும்போது என் கைகளை இறுகப் பற்றிக்

கொள்வாள். நானும் இப்போது அதற்கெல்லாம் பழகிவிட்டிருந்தேன். சொல்லப்போனால் அதை அனுபவிக்கத் தொடங்கியிருந்தேன். அவளுக்குள் மிச்சம் இருந்த சிறுமி திடீரென்று மறைந்து போயிருந்தாள். அதற்கு நானும் ஒரு காரணமோ என்ற ஒரு குற்ற உணர்வும் எனக்குள் எழாமல் இல்லை.

ஜூடி 01

அன்று வழக்கத்தை விட அமைதியாக இருந்தாள் ஜூடி. செஸ் போர்டை எடுத்து அடுக்கி வைத்து விளையாட அழைத்தாள். ஆட்டத்தின் போது ஒரு வார்த்தை கூடப் பேசவில்லை. அப்படி இருப்பவள் அல்ல அவள். கண்கள் சிவந்திருந்தன. அழுதிருப்பாள் போலவும் தோன்றியது.

என்ன விஷயம் என்பதை அவளாகவே சொல்லட்டும் என்று காத்திருந்தேன். நீண்ட அமைதியைத் தாங்க முடியாமல் கேட்டேன்.

"ஜூடி.... என்ன ஆச்சு? ஏன் இப்படி இருக்கே?"

சில நிமிடங்கள் பதில் பேசவில்லை அவள். திடீரென்று கேட்டாள்.

"பிரபு.. என்னை ஒரு தடவை கிஸ் பண்றியா?"

எனக்கு திக்கென்றது. இதயம் அடித்துக் கொள்ளத் தொடங்கியது.

"ப்ளீஸ் பண்ணுடா.. இது ஒரு டெஸ்ட்.."

இது வரை அவளை முத்தமிடாமல் தவிர்த்து வந்திருந்தேன். அவளும் வற்புறுத்தவில்லை. ரோஸி மீதிருந்த பயம்தான் காரணம். ஜூடி அவளிடம் போய் கட்டாயம் சொல்வாள். மறுபடி ஒரு விசாரணை நடக்கும்.

ஆனால் வாய்ப்பு வலிய வரும்போது வேண்டாம் என்று சொல்லும் அளவுக்கு உத்தமன் இல்லை நான். என்ன சொல்லலாம் என்று யோசித்துக் கொண்டிருந்தபோதே ஜூடி எழுந்து முன்னே வந்து என் உதடுகளில் அழுத்தி முத்தமிட்டாள். பெப்பர்மின்ட், வியர்வை, ஏதோ ஒரு பெர்ஃப்யூம் என்று

ஷான் கருப்பசாமி 63

அனைத்தும் கலந்த வாசம். எனக்கு அது முதல் முத்தம். குப்பென்று வியர்த்து காது மடல்கள் சூடாகிவிட்டன.

முத்தமிட்டு முடித்ததும் தன் இடத்தில் அமர்ந்தாள். பத்து நொடிகள் கண் மூடி யோசித்துக் கொண்டிருந்தாள். பிறகு வேகமாக எழுந்து என்னை மறுபடி இழுத்து முத்தமிட்டாள். இந்த முறை ஆழமாக, சற்று நீளமாக. எதையோ பரபரத்து தேடும் அந்த ஈர உதடுகளை எப்படி எதிர்கொள்வது என்று தெரியாமல் தடுமாறினேன். ஜூடி பின் மீண்டும் அமைதியாக சிந்தித்தபடி அமர்ந்திருந்தாள். அவள் முகத்தில் குழப்பம் தெரிந்தது.

"நீ என்னை முழுசா லவ் பண்ணலைதானே?" என்றாள் திடீரென்று.

"ஜூடி..."

"நீ கிஸ் பண்றதுலயே தெரியுது"

"இல்ல ஜூடி... நீ திடீர்னு கிஸ் பண்ணதால..."

"அது உன் தப்பு இல்லை... எனக்குப் புரியுது பிரபு... ஒரு பைத்தியம் மாதிரி உன்னை நான்தான் இத்தனை நாள் படுத்தி எடுத்திட்டிருக்கேன். ஐ அம் சாரிடா.. வெரி சாரி..." என்றாள். அப்போது அவள் அவளாகவே இல்லை. திடீரென்று அழத் தொடங்கிவிட்டாள். இரண்டு முத்தங்களின் முடிவில் இப்படி ஒரு கொண்டை ஊசித் திருப்பத்தை நான் எதிர்பார்த்திருக்கவில்லை.

"ஜூடி... என்ன பேசறே நீ? அழறதை நிறுத்து. இப்ப நடந்தது மேட்டர் இல்லை. வேற என்னவோ நடந்திருக்கு... என்கிட்ட சொல்ல மாட்டியா?" என்று அழுத்திக் கேட்ட பிறகு மெல்ல சொன்னாள். குரல் தேய்ந்திருந்தது. அழுகை அவ்வப்போது எட்டிப் பார்த்தது.

"மம்மிக்கும் டாடிக்கும் பயங்கர சண்டை. டாடி வீட்டை விட்டுப் போயிட்டாரு" எனக்கு அது அதிர்ச்சி. பிறகு ரோஸி சொன்னது நினைவுக்கு வந்தது.

"எப்போ?"

"ரெண்டு நாள் ஆச்சு. எனக்கு டாடியைப் பாக்கணும் போல இருக்கு பிரபு. ஆனா மம்மி விட மாட்டா"

ஜூடி அப்பா செல்லம். எனக்குப் புரிந்தது.

"இதெல்லாம் எல்லா வீட்டுலயும் நடக்கறதுதான். வந்துடுவாரு ஜூடி"

"இல்ல பிரபு. இப்படி ஒரு பெரிய சண்டையை நான் பாத்ததில்லை. ரோஸிக்கு இதைப் பத்தி எதுவும் கவலை இல்லை. மம்மிக்கு இதுதான் நல்லதுன்னு அவ ரொம்ப கூலா சொல்றா. ஆனா எனக்குப் பிடிக்கலைடா எனக்கு மம்மி, டாடி, ரோஸி, இந்த வீடு, நீ எல்லாம் அப்படியே இருக்கணும். எதுவுமே மாறக்கூடாது. இப்போ எல்லாமே போயிடுமோன்னு பயமா இருக்கு பிரபு.."

ஜூடியிடம் மிச்சம் இருந்த குழந்தை வெளிப்பட்ட தருணம் இது. முதன் முறையாக நான் அவளை இழுத்து எந்த அச்சமும் இல்லாமல் உண்மையாக அணைத்துக் கொண்டேன். என் மடியில் படுத்துக் கொண்டாள். இன்னும் தேம்பி அழுதாள். அந்த நொடியில்தான் எனக்குள் எதுவோ உடைந்தது. என் கண்களிலும் கண்ணீர் எட்டிப் பார்த்தது. ஜூடிக்காக நான் அழத் தொடங்கிய நொடி அது. நெடுநேரம் அவள் தலையை கோதிக் கொண்டிருந்தேன்.

அவள் அப்பா அம்மாவுக்கு இடையே நடந்தது ஏதோ சிறிய சண்டையாக இருக்கும் என்றுதான் அப்போது நினைத்தேன். ஆனால் நிஜமாகவே பெரிய பிரச்னைதான் என்பது அன்று மாலை புரிந்தது. ஜூடியின் அப்பாவும் அவரது உறவினர் ஒருவரும் ஒரு டாக்ஸியில் வந்திருந்தார்கள். அவர் தன் பொருட்களை பெட்டியில் எடுத்துப் போட்டுக் கொண்டு கிளம்பினார். மேரி அசையாமல் கைகட்டி வேடிக்கை பார்த்தபடி தீர்மானமாக நின்றாள். ஜூடி ஃப்ரான்ஸிஸை இறுகப் பிடித்துக் கொண்டு கதறினாள்.

"டாடி.. ப்ளீஸ் போகாதீங்க டாடி... நான் இனிமேல் அடம் பிடிக்கமாட்டேன். நீங்க சொல்றபடியெல்லாம் கேக்கறேன் டாடி... ப்ளீஸ்...மம்மி சொல்லுங்க மம்மி..."

ஃப்ரான்சிஸ் ஜூடியின் முகத்தைப் பார்க்க மறுத்தார். எங்கோ தொலைவில் நேராகப் பார்த்தார்.

“ரெண்டு பேரும் ஏன் பேசிக்க மாட்டேங்கறீங்க. ஒய் ஆர் யூ டூயிங் திஸ் டு மீ” ஜூடி அவள் அம்மாவிடமும் சீறினாள்.

“ஜூடி... ஐ டூ லவ் யூ.. அது உனக்கே தெரியும்.. ஆனா நான் ஹேப்பியா இருக்கணும்னா இப்போ என்னைப் போக விடு”

அப்போதும் முரண்டு பிடித்த அவள் கைகளைப் பிரித்து எடுத்துத் தள்ளிவிட்டு இறுகிய முகத்துடன் கிளம்பி விட்டார் ஃப்ரான்சிஸ். ஜூடி அப்படி ஒரு உதறலைத் தன் தந்தையிடமிருந்து எதிர்பார்க்கவில்லை.

கீழே விழுந்த ஜூடி பிரமை பிடித்தது போல் போர்ட்டிகோவின் படியில் அமர்ந்திருந்தாள். அவளை அணைத்துக் கொண்டு ஆறுதல் சொல்லவேண்டும் போலிருந்தது. ஆனால் ஒரு குடும்ப விவகாரம் நடக்கும்போது தொடர்ந்து அங்கே நிற்பது கூட ஒரு வகையில் அநாகரிமாகப்பட்டது. மெல்ல நகர்ந்து மாடிக்கு வந்துவிட்டேன். அவள் மேலே வருவாளென்று காத்திருந்தேன். ஜூடி வரவில்லை. அடிக்கடி எட்டிப் பார்த்தேன். மேரி கூப்பிட்டபோது அவள் கையைத் தட்டிவிட்டாள். அதே இடத்தில் அமர்ந்து முழங்காலைக் கட்டிக்கொண்டு தீர்மானமாக அழுது கொண்டிருந்தாள்.

அதன் பிறகு ஜூடி எவையெல்லாம் நடக்கக் கூடாதென்று பயந்தாளோ அவை எல்லாமே ஒவ்வொன்றாக நடந்தன. அந்த அழகான கூடு பெரும் புயல் அடித்தது போல அடுத்த சில வாரங்களில் சிதைந்து போனது. ஃப்ரான்சிஸூம் மேரியும் விவாகரத்து செய்து கொள்ள முடிவு செய்தார்கள். அதைத் தொடர்ந்து அந்த வீட்டை விற்பதாக மேரி தீர்மானித்திருந்தார். ஒரு நாள் இரவு உணவின்போது அதை எங்களிடம் சொன்னார். சொல்லும்போது அவர் கண்கள் கலங்கின.

“எனக்கு வேற வழி இல்லை. ஐ வான்ட் டு பீ இன்டிபென்டன்ட். இனிமே அந்த ஆள்கிட்டே எதுக்கும் நான் போய் கையேந்தி நிக்க மாட்டேன். என் டாட்டர்ஸ் ரெண்டு பேரையும் படிக்க வெக்கணும். எனக்கு சொத்துன்னு இருக்கறது இந்த வீடு மட்டும்தான்”

அதன் பிறகான நாட்களில் ஜூடி மொத்தமாக உடைந்து போய்விட்டாள். அவள் துள்ளலும் சிரிப்பும் தொலைந்து போனது. சிறிய வாய்ப்புக் கிடைத்தாலும் என்னோடு வந்து பேசுபவள் இப்போது என்னை முடிந்த அளவு தவிர்க்கத் தொடங்கினாள். ஒரு காலத்தில் எங்கே அவள் படியேறி வந்து விடுவாளோ என்று பயந்து கொண்டிருந்த நான் அவள் மீண்டும் பழைய ஜூடியாகத் திரும்ப மாட்டாளா என்று ஏங்கத் தொடங்கினேன். அது இனி எப்போதும் நடக்காது என்பது அடுத்த வாரமே புரிந்தது. மேரி எங்கள் அறைக்கு வந்திருந்தார்.

“சாரி பசங்களா... நீங்க ஒரு மாசத்துல வேற இடம் பாத்துப் போயிடுங்கப்பா. இந்த வீட்டை வித்தாச்சு. நானும் ஜூடியும் வால்பாறைல இருக்கற என் அண்ணன் வீட்டுக்கே போறோம்” என்றார் மேரி. ரோஸி முதுகலை படித்துக் கொண்டிருந்த கல்லூரியில் ஹாஸ்டலில் தங்கிக் கொள்வதாக முடிவாகியிருந்தது. அதுவரை நான் வாழ்ந்து கொண்டிருந்தது எத்தனை வண்ணமயமான கனவு உலகம் என்பது அதன் அழிவில்தான் எனக்கும் உறைத்தது.

நாங்கள் அந்த வீட்டை விட்டுக் கிளம்புவதற்கு ஒரு நாள் முன்பாக ஜூடி என்னோடு பேச வந்தாள். ரகுவும் இர்வினும் அவள் உள்ளே வந்ததும் எழுந்து வெளியேறிவிட்டார்கள். எங்கள் பெட்டிகளும் பைகளும் நிரப்பி வைக்கப்பட்டிருந்தன. என்னுடைய தூரிகைகள், வண்ணங்கள் என்று எடுத்து அடுக்கிக் கொண்டிருந்தேன். கடந்த சில நாட்களில் ஜூடி முற்றிலும் வேறு ஒருத்தியாக மாறியிருந்தாள். ஆச்சரியம் என்னவென்றால் அத்தனை தெளிவாக இருந்தாள். நிதானமாகப் பேசினாள். நான்தான் இப்போது குழம்பிப் போயிருந்தேன்.

எதுவும் பேசாமல் அறையைச் சுற்றி நடந்தாள். அந்த லொடலொடத்த கோப்பையை எடுத்துப் பார்த்தாள்.

“இது உனக்கு ஞாபகம் இருக்கா?” என்றாள். எனக்கு அதற்கு மேல் பொறுக்க முடியவில்லை.

“நல்லாவே இருக்கு. நான் உன்னை மறந்துடுவேனான்னு அன்னிக்கு நீ கேட்டே... ஆனா இப்போ நீதான் என்னை மறந்துட்டுப் போறே பாத்தியா..” என்றேன். எனக்கு ஏன் இப்படிக் கோபம் வருகிறதென்று புரியவில்லை.

அவள் என் வாழ்க்கையிலிருந்து போகிறாள் என்பதை என்னால் தாங்கிக் கொள்ள முடியவில்லை. ஒரு முதிர்ந்த மனிதன் போலவும் உத்தமன் போலவும் அதுவரை நான் போட்டுக் கொண்டிருந்த வேடம் அந்த நேரத்தில் தூளாகி உதிர்ந்து கொண்டிருந்ததது. இந்த நொடியில் அவள் கையைப் பிடித்து இழுத்துக் கொண்டு எங்கு வேண்டுமானாலும் ஓட நான் தயாராக இருந்தேன்.

“ஆமா... நான் போறேன். ஆனா உன்னை நான் எப்படி மறக்க முடியும் பிரபு? நீ இல்லாட்டி நான் செத்திருப்பேன்டா...என் அப்பா கொஞ்சம் கொஞ்சமா என்னை விட்டு விலகிப் போயிட்டிருந்த சமயத்துல நீதான் எனக்கு ஒரே ஆறுதலா இருந்தே. ஆனா அதுக்காக உன்னை நான் எவ்வளவு கஷ்டப்படுத்தியிருக்கேன்னு நினைச்சா.. ஐ ஹேட் மைசெல்ஃப்”

நான் எதுவும் பேசாமல் தலை குனிந்து அமர்ந்திருந்தேன். என்னால் கண்ணீரைக் கட்டுப்படுத்த முடியவில்லை. என்னால் உடைக்கவே முடியாத ஒரு சுவரை ஜூடி தன்னைச் சுற்றி எழுப்பிக் கொண்டிருந்தாள்.

இந்தப் பிரிவை நான் இப்படி கற்பனை செய்திருக்கவில்லை. ஜூடி என் பிரிவைத் தாங்க முடியாமல் அழுது கொண்டிருக்க நிதானமாகப் பேசி அவளை நான் சமாதானப்படுத்துவதுதான் என் மனதில் இருந்த சித்திரம். இப்போது எல்லாமே தலைகீழாக நடந்து கொண்டிருந்தது. நான்தான் அழுது கொண்டிருந்தேன். அவள் நிதானமாக என்னுடைய ஓவியம் ஒன்றை எடுத்துப் பார்த்து ரசித்துக் கொண்டிருந்தாள். என் கண்ணீர் எந்த விதத்திலும் அவளை அசைக்கவில்லை. அதை சுருட்டி வைத்துவிட்டு என் அருகே வந்தாள்.

“கமான் பிரபு.. இதுக்கு மேல இந்த லவ் எங்கேயும் போகாதுன்னு உனக்கு முன்னாடியே தெரிஞ்சிருக்கு. எனக்கு கொஞ்சம் லேட்டா புரிஞ்சிருக்கு. இங்க பாருடா...” என் முகத்தைக் கையில் ஏந்திக் கொண்டாள். அவள் முகத்தில் எந்த சோகமும் இல்லை என்பது என் சோகத்தை இன்னும் அதிகரித்தது.

“பிரபு.. நீ எவ்வளவு நல்லவன்னு உனக்கே தெரியலை. உன்னை நான் எமோஷனல் சப்போர்ட்டா யூஸ்

பண்ணிக்கிட்டேன்னு கூட உனக்குப் புரியலை. லிசன்... நமக்குள்ளே எல்லாம் முடிஞ்சு போச்சு...சரியா? ”என்றாள்.

“அவ்வளவுதானா?” என்றேன் தோற்றுப் போன தொனியில்.

“ஆமாம். ஐ அம் சாரி பிரபு... எல்லாத்துக்கும்” என்று சொல்லிவிட்டு எழுந்து போனாள் ஜூடி. அந்தக் கோப்பையை மட்டும் கையில் எடுத்துக் கொண்டு.

“ஐ அம் டேக்கிங் திஸ்... ஒரு மெமரிக்கு...”

இனி நான் அவளுக்குத் தேவையில்லை என்பதை இதற்கு மேல் அப்பட்டமாக அவளால் சொல்லியிருக்க முடியாது. ஜூடியைப் பற்றி அறிந்திருந்தும் மனதின் மூலையில் நான் எதிர்பார்த்தேன். அவள் மனம் மாறி என்னை சந்திக்க வருவாள் என்று. வரவில்லை.

மேரி ஆன்ட்டி வீடு மாற்றிப் போகும் நாளில் சொல்லி அனுப்பியிருந்தார். உதவிக்கு நாங்களும் போயிருந்தோம். ஒவ்வொரு பொருளாக ஏற்றும்போது எனக்கே அத்தனை வலித்தது. அவருக்கு எப்படி இருக்கும் என்று புரிந்து கொள்ள முடிந்தது. வீட்டைச் சுற்றி வந்து மரங்கள் செடிகள் என்று தடவித் தடவி கண்ணீர் விட்டார்.

“நான் பொறந்தது கூட இந்த வீட்டில்தான். மாடியில இருக்கற பெட்ரூம்லதான். அது தொடங்கி ஒவ்வொரு இடத்துலயும் கொத்துக் கொத்தா நினைவுகள் கொட்டி இருக்கு. இதை வாங்கறவங்க இதை இடிக்கக் கூடாதுன்னு ப்ரே பண்ணிக்கிட்டு இருக்கேன். அம்மாவோட மடியை இன்னொருத்தருக்கு விட்டுட்டுப் போற மாதிரி இருக்கு”

மேரி அளவுக்கு இல்லாவிட்டாலும் எனக்கும் கூட குறுகிய காலத்தில் அந்த வீடு அளித்திருந்த நினைவுகள் ஏராளம். முதல் காதல், முதல் முத்தம், முதல் அணைப்பு, முதல் அறை என்று எல்லாமே அங்குதான் எனக்கு.

ஜூடி எதுவுமே நடக்காதது போலிருந்தாள். என்னைப் பார்த்து ஒரு சிறிய புன்னகையோடு சரி. ரோஸிதான் தாடி வளரத் தொடங்கியிருந்த என் முகத்தைப் பார்த்து பரிதாபப்பட்டாள். என் இன்றைய நிலைக்கு தானும் ஒரு

காரணம் என்று அவளுக்கு உறுத்தியிருக்க வேண்டும். என்னைத் தனியாக அழைத்துச் சென்று பேசினாள். புதிதாக கண்ணாடி அணிந்திருந்தாள் என்பதை கவனித்தேன். அது அவளுக்கு இன்னும் ஒரு முதிர்ச்சியான கம்பீரத்தை அளித்தது. இப்போது அவள் மேரி ஆன்ட்டியை நினைவுபடுத்தினாள். என் கைகளைப் பற்றி ஆறுதலாக அழுத்தினாள்.

"என்னடா இது... நான் ஏற்கனவே சொன்னதுதானே பிரபு. ஜூடிக்கு இனிமேல் நீ தேவை இல்லை. நீ என்னதான் குட்டிக்கரணம் போட்டாலும் அவ மசிய மாட்டா. என்னைக் கேட்டா நீ ஜஸ்ட் எஸ்கேப்னு சொல்லுவேன். இனிமே நீ படிக்கற வேலையைப் பாரு. நேரம் கிடைச்சா பெங்களூர் வந்து என்னைப் பாரு"

என் பக்கம் ஒரு முறை கூட திரும்பிப் பார்க்காமல் கார் ஏறிப் போன அன்றுதான் என் முதலாம் ஜூடியை நான் இறுதியாகப் பார்த்தேன். அந்தப் புறக்கணிப்பு என்னை சுக்குநூறாக உடைத்துப் போட்டது. அதன் பிறகு ஜூடி என் வாழ்க்கையில் எங்குமே தென்படவில்லை. நானும் வீம்பாக அவளைத் தேடவில்லை.

ஆனால் இன்று நினைத்துப் பார்த்தால் அவள் மீது நான் நன்றியுள்ளவனாகவே உணர்கிறேன். காதல் என்பது அப்படி ஒன்றும் ஒருவழிப் பாதையல்ல என்பதை அந்த வயதிலேயே ஜூடி எனக்கு சொல்லித் தந்துவிட்டாள். என்னைப் பற்றி எனக்குள் ஒரு பெரிய தன்னம்பிக்கையை உருவாக்கியிருந்தாள். என் வயதுப் பெண்களோடு முகம் பார்த்துப் பேசும் துணிச்சல் வந்திருந்தது. ஜூடிக்கு முன் ஜூடிக்குப் பின் என்று சொல்லும் அளவு நானும் மாறிப் போயிருந்தேன்.

இன்று மூன்றாம் ஜூடியின் கண் கூசும் அழகின் அருகாமையில் அமர்ந்திருக்கும் தருணத்தில் முதலாம் ஜூடியைப் பார்க்க வேண்டும் என்று முதல் முறையாகத் தோன்றியது.

ஜூடி 01

கதையை எந்தக் குறுக்கீடும் இல்லாமல் கேட்டுக் கொண்டிருந்தாள் ஜூடி. ஏற்கனவே அவள் தங்கியிருந்த ஹோட்டல் வந்திருந்தது. ஆனால் கதை மீதம் இருந்ததால் பார்க்கிங்கில் நிறுத்தி வைத்து காரின் ஹீட்டரைப் போட்டுக் கொண்டு உட்கார்ந்திருந்தோம். இரவு பத்தரை மணியைத் தாண்டியிருந்தது.

“நீ செய்ததெல்லாம் இங்கே எவ்வளவு பெரிய குற்றம் தெரியுமா? இங்கே சைல்ட் அப்யூஸ்னு முன்னூற்று இருபது வருடங்கள் உன்னை சிறையில் போட்டிருப்பார்கள்”

“அப்படியெல்லாம் பாத்தா எங்க ஊருல ஒரு தலைமுறையவே ஜெயில்ல போடணும். இல்லைன்னா ஊருக்கே ஜெயில்னு பேரு மாத்தி வெச்சுடலாம். என்னோட பாட்டிக்கு கல்யாணத்தப்போ வயசு பன்னிரண்டு. அம்மாவுக்கு பதினாறு”

இருவரும் சில நொடிகள் அமைதியாக இருந்தோம். வெளியே குளிர் அதிகரித்துக் கொண்டிருந்தது. ஊசி ஊசியாக அதே அமைதியுடன் நின்ற மரங்களில் பலவற்றின் பெயர்கள் எனக்குத் தெரியவில்லை. வந்தேறிகள் ஒரு மண்ணின் நுட்பங்களை எப்போதும் அறிந்து கொள்ள முயல்வதில்லை. ஒரு வேளை அவர்களின் பிள்ளைகள் அறிந்து கொள்வார்கள். அல்லது பிழைப்புக்குத் தேவையில்லை என்பதால் எப்போதுமே அறிந்து கொள்ளாமல் கூட இருப்பார்கள்.

“தேங்க்ஸ் ஃபார் ஷேரிங் பிரபு” என்றாள் அமைதியைக் கலைத்து.

“இதுல என்ன இருக்கு ஜூடி? என் கதைதான். ஆனா மறுபடி மறுபடி சொல்லிப் பார்க்கும்போது எனக்கே புதுசா இருக்கு”

"இல்லை. நீ சொன்னதில் பல இடங்கள் அந்தரங்கமானவை. என் மீது நம்பிக்கை வைத்து சொல்லியிருக்கிறாய்"

"ஏனென்றால் நான் உன்னை நம்புகிறேன் ஜூடி. அப்படி என்னை நம்பி நீயும் உன்னைப் பற்றி சொல்லலாமே?"

சொல்லிவிட்டு காரைக் கிளப்பி ஓட்டலின் போர்ட்டிகோவில் செலுத்தி நிறுத்தினேன். அவள் உடனே காரின் கதவைத் திறந்து கொண்டு இறங்கவில்லை. ஏதோ யோசித்தவாறு அமர்ந்திருந்தாள். நான் காத்திருந்தேன். அது வரையில் ஒரு குழந்தையைப் போல் கதை கேட்டுக் கொண்டு வந்தவள் புதிராக மாறிப் போயிருந்தாள்.

திடீரென்று கலைந்து காரின் கதவைத் திறந்தாள். நானும் கதவைத் திறந்து மறுபக்கம் இறங்கினேன். இறங்கி என்னிடம் வந்தாள்.

"என்னால எதையும் சொல்ல முடியாது பிரபு. ஐ ஆம் சாரி"

"ஏன் ஜூடி?"

"பிரபு நீ என்னை நம்புகிறாய் அல்லவா? அப்படியானால் இதை இத்தோடு விட்டு விடு"

என்னை மென்மையாக அணைத்து விடைபெற்றாள். பிறகு திரும்பிப் பார்க்காமல் உள்ளே சென்று மறைந்தாள். நான் என் காருக்குள் ஏறி குழம்பிப் போய் அமர்ந்திருந்தேன்.

அவள் இப்போதைக்கு சொல்கிறேன் என்று தலையாட்டிவிட்டு சொல்லாமல் விட்டிருந்தால் கூட நான் அதைப் பெரிதாக எடுத்துக் கொண்டிருக்க மாட்டேன். இது என்னை இன்னும் உசுப்பி விட்டது போலிருந்தது. எப்படியும் அவள் பின்னணியைப் பற்றி அறிந்து கொள்வது என்று முடிவு செய்து கொண்டு காரைக் கிளப்பினேன்.

மறுநாள் ராகவனின் இடத்தில் சென்று நின்றேன். அவன் எதையோ தேடிக் கொண்டிருந்தான்.

"என்னடா தேடறே?"

"என்னோட காபி மக்... கேவலமா இருக்கும். அதைப் போய் எவன் எடுத்தான்?"

“நான்தான்... இந்தா” என்று நீட்டினேன். அதில் சுடச் சுட காபி புகைந்து கொண்டிருந்தது. ராகவன் வாங்கவில்லை. என்னை சந்தேகமாகப் பார்த்தான்.

“சரி விஷயத்தைச் சொல்லு.. இப்ப நான் என்ன பண்ணித் தொலைக்கணும்?”

“எப்படிடா?”

என்றேன் போலி ஆச்சரியமாக. எதுவும் பேசாமல் காபியை வாங்கிக் கொண்டான்.

“ஜூடியைப் பத்தி டேடெயில் சேகரிச்சுக் கொடுக்கணும்”

“அந்தக் கேவலமான வேலையை நான் எதுக்குப் பண்ணனும்?”

அவனிடம் நேற்று இரவு நடந்ததை சொன்னேன்.

“நான் வேணும்னா பதிலுக்கு ஒரு காபி கொண்டு வந்து கொடுத்துடறேன். எனக்கு ஆயிரம் வேலை கிடக்கு. அதுவும் அஃபிஷியலா நீ கொடுத்த வேலைதான்”

“டேய்... நான் உன் ஃப்ரண்டுடா. எனக்கு ஒரு வாழ்க்கை அமையறதுக்கு நீதான்டா ஹெல்ப் பண்ணனும். அம்மா உன்கிட்டேதானே அந்தப் பொறுப்பைக் கொடுத்திருக்காங்க. மறந்துட்டியா?”

“அப்படியே ஓடிப் போயிடு. உன்னோட சேர்ந்து நானும் அவங்ககிட்டே செருப்படி வாங்கவா?”

என் அம்மா, அப்பாவிடம் என்னை விட சற்றுக் கூடுதலாகவே பாசம், மரியாதை காட்டுவான் ராகவன். அப்படி ஒரு பர்பாமன்ஸ் தருணத்தில்தான் என் திருமணத்துக்கு அவன் தன்னையே பொறுப்பாக்கிக் கொண்டான்.

“நீங்க ஏம்மா இந்தியாவுல இருந்துட்டு கவலைப்படறீங்க? அவனுக்கு ஒரு நல்ல பொண்ணாப் பாத்து நான் கல்யாணம் பண்ணி வெக்கறேன்”

அதற்காக அவன் இன்று வரை நொந்து கொள்கிறான். அந்த நல்ல பெண்ணை அவனால் கண்டுபிடிக்கவே முடியவில்லை. கிட்டதட்ட ஆறு வருடங்களாக.

“டேய் உண்மையை சொல்லு... நீ நிஜமாவே கல்யாணம் பண்ணிக்கற ஐடியாவுல இருக்கியா, இல்லை என்னை வெச்சு விதவிதமா பொண்ணுங்க கூட கடலை போட்டுட்டு இருக்கியா?”

அவனுக்கு ஜூடி கதைகள் தெரியும். ஒரு நாள் ஐந்து பியர்களுக்குப் பிறகு என் சட்டையைப் பிடித்தான்.

“டேய்... உனக்கு அந்த ரெண்டு ஜூடில ஒருத்திதான் வேணும்னா சொல்லு. நான் உலகம் முழுக்க தேடிப் பிடிச்சாவது கொண்டு வந்துடறேன்”

“ரெண்டு பேரையும் கொண்டு வர முடியுமா?”

“எனக்கு இதெல்லாம் தேவைதான்டா”

என்னிடம் கோபமாக மறுப்பு சொல்லி அனுப்பிவிட்டாலும் அவன் ஜூடி பற்றி விசாரிப்பான் என்று எனக்குத் தெரியும். என் பங்குக்கு நானும் அவள் அணியில் சிலரிடம் பேச்சுக் கொடுத்து விசாரித்தேன். எல்லோரும் சொல்லி வைத்தது போல் ஒரே மாதிரி பேசினார்கள்.

“அவள் கொஞ்சம் டிஸ்டன்ட்டாதான் எங்களிடமும் இருப்பாள். எதையும் பகிர்ந்து கொண்டதில்லை. நாங்களும் அதை அவ்வளவு கண்டு கொள்ள மாட்டோம். நீ கேட்கும்போதுதான் அவளைப் பற்றி எவ்வளவு குறைவாகத் தெரிந்து வைத்திருக்கிறேனென்று உறைக்கிறது”

பேட்ரிக் அப்போதுதான் அதை உணர்ந்து கொண்டது போல தொலைதூரத்தில் பார்த்து சிந்தித்தான்.

பிறகு நடந்து போய் விட்டான்.

அன்று மாலையே என்னைத் தேடி வந்தாள் ஜூடி. அவள் முகத்தில் சிரிப்பு இல்லை. நான் ஒரு மீட்டிங்கில் இருந்தேன். வழக்கமாக அப்படி இருந்தால் திரும்பிப் போய்விடுவாள். ஆனால் அன்று உள்ளே வந்தாள்.

“கேன் ஐ ஹேவ் அ மினிட்” என்றாள். எழுந்து தனியாக வந்தேன்.

“பிரபு.. என் முதுகுக்குப் பின்னால் என்னைப் பற்றி என்

அணியில் இருப்பவர்களிடம் பேசித் தெரிந்து கொள்ள முயற்சி செய்கிறாயா?" என்றாள் கோபமாக. நான் செய்ததை அவள் ரசிக்கவில்லை என்று புரிந்தது. ஆனால் அத்தனை கோபம் தேவையா என்று புரியவில்லை.

"ஜூடி ஐ ம் ஜஸ்ட் க்யூரியஸ். அவ்வளவுதான். இதுக்கு நீ இத்தனை ரியாக்ட் பண்ணனுமா? நான் என்னைப் பற்றி எல்லாமே சொல்லவில்லையா?"

ஒரு சாட்டையைப் போல் பதில் வந்தது.

"ஓகே.. இதை இத்துடன் நிறுத்திக் கொள்வோம் பிரபு. இனிமேல் நீயும் உன்னைப் பற்றி என்னிடம் எதுவும் சொல்ல வேண்டாம். நானும் எதுவும் சொல்லலை. இனிமேல் என்னைப் பற்றி யாரிடமும் விசாரிக்காதே. தட் ஈஸ் நன் ஆஃப் யுவர் பிசினஸ்"

அவள் குரலில் இருந்தது வெறுப்பா, கசப்பா எதுவென்று தெரியவில்லை. நான் செய்தது அத்தனை பெரிய குற்றமா என்றும் எனக்குப் புரியவில்லை. ஆனால் நான் என் தரப்பை விளக்கும் முன்பாகவே அவள் அங்கிருந்து சென்றுவிட்டாள். எனக்கும் முதல் முறையாக அவள் மேல் கோபம் வந்தது.

ஜூடி 03

அடுத்த நாள் ஜூடி அலுவலகம் வரவில்லை. தன்னுடைய ஓட்டல் அறையில் இருந்தவாறே தினப்படி ஸ்க்ரம் மீட்டிங்கில் கலந்து கொண்டாள். அவள் என்னை சந்திப்பதைத் தவிர்க்கிறாளோ என்று தோன்றியது. ஓரிரு முறை அவளுக்கு செய்தி அனுப்பியபோதும் அவளை அழைத்தபோதும் அவள் பதிலளிக்கவில்லை. எப்படியோ போகட்டும் அவள் என்று வீம்பாக விட்டு விட்டேன்.

ஆனால் இரண்டாம் நாளுக்குப் பிறகு எனக்கு வேலையே ஓடவில்லை. அவள்தான் கோபப்படுகிறாள் என்றால் நானும் இப்படியே முறுக்கிக் கொண்டிருக்க வேண்டுமா என்று தோன்றியது. மீண்டும் அவள் சிரிப்பை, அவள் குரலை மனம் தேடத் தொடங்கியது.

அவள் இங்கு இருக்கப் போவதே இன்னும் ஒரு வாரம்தான்.

இந்த நாட்கள் அரிதானவை. மறுபடி வாய்க்குமா என்று கூடத் தெரியாது. அவற்றை இழக்க எனக்கு மனமில்லை. எப்படியாவது அவளை சமாதானம் செய்துவிட வேண்டும் என்று முடிவு செய்து கொண்டேன்.

எப்படி அவளை சந்திப்பது?

அடுத்த பத்தாவது நிமிடம் ராகவனின் இருக்கைக்கு அருகே நின்றேன். ஜூடி வரவில்லை என்ற என் கவலையைத் தெரிவித்தேன். அவன் மானிட்டரிலிருந்து கண்களை எடுக்கவில்லை.

"உண்மையை சொல்லு. அன்னைக்கு ராத்திரி பார்க்கிங்ல கார்ல வெச்சு எதுவும் ஏடாகூடமா பண்ணிட்டியாடா?" என்றான்.

"ஒண்ணுமே நடக்கலைடா நம்பு"

"நம்பறேன்டா.. அப்படியெல்லாம் இருந்தா இத்தனை நாள் ஏன் ஒண்டிக் கட்டையாவே இருக்கப் போறே?"

நான் ராகவனுக்காக நிரப்பி எடுத்து வந்திருந்த காபிக் கோப்பையை நீட்டினேன். அவன் தலையைப் பிடித்துக் கொண்டான்.

"விட மாட்டியா நீ? அவ எப்போடா திரும்பி லண்டன் போறா?" என்றான் சலிப்பாக.

"அடுத்த வாரம் போயிருவா.. அதுக்குதான் உன்கிட்டே வந்தேன். ஜோதிதானே உன் வீட்டுக்கு வந்தப்போ அவளுக்கு வீக் என்ட் பார்ட்டி அரேஞ்ச் பண்றதா சொல்லியிருந்தா? இப்படி வாக்குக் கொடுத்துட்டு செய்யலைன்னா ஜூடி உன்னைப் பத்தி தப்பா நினைச்சுக்க மாட்டாளாடா?" என்றேன். ராகவன் பதறினான்.

"டேய் யப்பா மகராசா.. நீ கொஞ்சம் சும்மா இரு. அவ பார்ட்டின்னு சொல்லிடுவா. அதெல்லாம் எத்தனை வேலை தெரியுமா? நான்தான் கடைக்கும் வீட்டுக்குமா காரில் அலையணும். அதென்னமோ நான்வெஜ் மட்டும் நீங்க பண்ணுனாதான் டேஸ்ட்டா வருதுன்னு அதையும் என் தலையில கட்டிடுவா"

“டேய்.. நான் ஹெல்ப் பண்றேன் டா”

“யாரு நீயா? ஜோதியையும் சேர்த்து வேலை செய்ய விடாம பேசிட்டு இருப்பே. அதுலயும் ஜூடி வேற அங்கே இருப்பா... நான் எல்லாம் இந்தப் பிரபஞ்சத்துல இருக்கேன்னே உனக்குத் தெரியாது. ஜூடியை இன்வைட் பண்ணதை என் பொண்டாட்டியே மறந்துட்டான்னு நினைக்கிறேன். நீ வேணும்னா ஜூடியை தள்ளிக்கிட்டு தனியா எங்கேயாவது போ. என்னை விட்டுடு”

என்றபடி பிரிண்டரை நோக்கி எழுந்து நடந்தான். அவன் மசிவதாகத் தெரியவில்லை. சற்று யோசித்தேன். ஜோதி மறந்து விட்டாளா? நினைவூட்டினால் போகிறது. என்னுடைய போனை எடுத்து ஜோதிக்கு ‘சனிக்கிழமை என்ன திட்டம்?’ என்று ஒரு குறுஞ்செய்தியை டைப் செய்து தட்டி விட்டேன். துல்லியமாக வேலை செய்தது.

அடுத்த சில நிமிடங்களில் காதில் போனை வைத்துக் கொண்டு குறுக்கும் நெடுக்குமாக நடந்து கொண்டிருந்தான் ராகவன். அவன் உரையாடல் காதில் விழுந்தது.

“இல்ல பேபிம்மா.. நான் உன்கிட்டே சொல்லலாம்னுதான் இருந்தேன். நீ மட்டும் மறந்து போச்சுங்கறதை என்கிட்டே சொல்லலை இல்லையா... அப்படித்தான்... இப்ப என்ன அவளை உடனே இன்வைட் பண்ணிடறேன். மொத்த டீமையுமா? அய்யோ அவனுங்க எல்லாம் எதுக்கும்மா? சரி.. சரி... ஓகே... கேட்டுப் பாக்கறேன்”

சலிப்பாக என் அருகே வந்து நின்றான்.

“ஏன்டா டேய்... உனக்கு என்னடா பாவம் பண்ணினேன்”

“என்னடா ஆச்சு?” நான் முகத்தை அப்பாவி மோடுக்கு மாற்றிக் கொண்டேன்.

“நடிக்காதே நாயே... பிரபு மட்டும் நினைவு படுத்தலைன்னா என்ன ஆகியிருக்கும்னு என் பொண்டாட்டி போட்டுக் கொடுத்துட்டா.. அது மட்டும் இல்லை. இப்போ மொத்த லண்டன் டீமையும் கூப்பிடணுமாம். இந்த சன்டே பாத்திரம் கழுவி வீடு துடைச்சே நான் சாகப் போறேன். அவ என்னைப்

பலி வாங்கவே இந்தப் பார்ட்டியெல்லாம் இழுத்துப் போட்டுக்கறான்னு நினைக்கிறேன். இந்த லட்சணத்துல உனக்கு லண்டன்காரி வேணும்னு கேக்கறே?"

ராகவன் அவர்களை அழைக்கப் போனபோது நானும் உடன் சென்றிருந்தேன். அவர்கள் அனைவரும் ஒரு அறையில்தான் அமர்ந்திருந்தார்கள். லண்டன் அணியில் அனைவரும் சனிக்கிழமை அன்று ஊர் சுற்றிப் பார்க்கும் திட்டம் வைத்திருந்தார்கள் என்று தெரிந்தது. ஜூடி உட்பட. அவர்கள் யாருமே வருவதாகத் தெரியவில்லை. ராகவனின் முகத்தில் மெல்ல நிம்மதி பரவியது. குதூகலத்தை மறைத்துக் கொண்டு பொய்யாக ஏமாற்றம் காட்டினான்.

"ஓ... இதை நான் எதிர்பார்க்கவில்லை. உங்களை எல்லாம் பார்க்க வேண்டும் என்று என் மனைவி மிகவும் விரும்பினாள்"

அவர்கள் ஏதும் மனம் மாறி பதில் சொல்வதற்குள் இவனே அவசரமாகத் தொடர்ந்தான்.

"ஆனால் உங்களுக்கும் இதை விட்டால் வேறு வழியில்லை. இதுதான் நீங்கள் இங்கே இருக்கப் போகும் கடைசி சனி, ஞாயிறு. உங்களாலும் இதைத் தவிர்க்க முடியாது"

அவனே பதிலும் சொன்னான். குதூகலமாகத் திரும்பி வந்தான். நான் தொய்ந்து போய் அவனைத் தொடர்ந்தேன்.

அடுத்த பத்து நிமிடங்களில் என்னுடைய போன் அடித்தது. ஜோதியிடமிருந்துதான்.

"பிரபு... என்னடா உன் ஆளு வரலையாமே?"

"என் ஆளா.. யாரை சொல்றே நீ?"

"டேய்.. டேய்.. உன்னோட மெசேஜ் பாத்ததுமே தெரிஞ்சு போச்சு நீ யாருக்காக இத்தனை குறளி வித்தை காட்டி குட்டிக்கரணம் அடிக்கறேன்னு... நீ என்னிக்குடா வீக் எண்ட் பார்ட்டி பத்தியெல்லாம் அக்கறை காட்டியிருக்கே?"

நான் அமைதியாக இருந்தேன்.

"என்னடா நடக்குது?"

ஜோதி எனக்கு ஒரு சகோதரி போல. என் மீது அக்கறை உள்ளவள். எனக்கும் யாரிடமாவது சொல்லவேண்டும் போலிருந்தது. எழுந்து என் இருக்கையிலிருந்து வெளியே வந்தேன். தனிமையான ஒரு அறை தேடி உள்ளே நுழைந்து அமர்ந்தேன். நடந்ததை சொன்னேன். ஜூடியின் மீது எனக்கு ஏற்பட்டிருக்கும் மையல் குறித்தும் சொன்னேன். சொல்லப் போனால் புலம்பித் தள்ளினேன்.

"ஜோதி... எனக்கு அவ கூடவே இருக்கணும்னு தோணுது. அப்படி இருந்தா எனக்கு இனிமேல் வாழ்க்கையில் சோகமே வராதுன்னு தோணுது. இந்த மாதிரி வேற யார் கிட்டேயும் இது வரைக்கும் தோணலை. இதையெல்லாம் அவளை பயப்படுத்தாம எப்படி அவளுக்கு சொல்லி புரிய வைக்கப் போறேன்னு தெரியலை"

"மை காட்.... இது இவ்வளவு சீரியஸ்னு ராகவனுக்கும் தெரியுமா?"

"தெரியாது. ஆனா அதுல அவன் தப்பு எதுவும் இல்லை. அவன் என்னை இந்த விஷயத்துல நம்பவே மாட்டான். அவ்வளவு படுத்தியிருக்கேன்"

ஜோதி சில நொடிகள் யோசித்தாள்.

"உன் வீட்டைப் பத்தி யோசிச்சியாடா? உன் அப்பா ஊருக்குள்ள பெரிய தலைக்கட்டு. அம்மா பெரிய பக்திமான். கோவில் கோவிலா உனக்குக் கல்யாணம் ஆகணும்னு வேண்டிட்டு இருக்காங்க. நீ இப்படி ஒருத்தியோட போய் நிப்பியா? நல்லா யோசிச்சுக்கோடா கண்ணா"

"நான் அவ்வளவு தூரத்துக்கெல்லாம் யோசிக்கலை ஜோதி. ஆனா இவ்வளவு சந்தோஷமா நான் என்னை உணர்ந்து ரொம்ப காலம் இருக்கும். அவ முன்னாடி வேறு எந்தப் பிரச்சனையும் பெருசாத் தெரியலை. எனக்கு அவ வேணும் ஜோதி"

ஜோதி பொறுமை இழந்தாள்.

"என்னடா ஏதோ டீன் ஏஜ் பையன் மாதிரி பெனாத்தறே? சரி இதை மொதல்ல சொல்லு...அவளுக்கு உன்னைப் பிடிச்சிருக்கா"

"அப்படித்தான் நான் ஃபீல் பண்றேன் ஜோதி... ஆனா தெரியலை. இப்போ அவகிட்டே கேக்கவும் வழியில்லை. அதுக்குதான் உன் வீட்டு பார்ட்டி நடக்கணும்னு எதிர்பார்த்தேன்"

ஜோதி பெருமூச்சு விட்டாள்.

"அவ அடுத்த நாளே லண்டன் போயிடுவாங்கறே... அதுக்குள்ளே உனக்கு என்ன சான்ஸ் இருக்குன்னு நினைக்கிறே?"

"அதெல்லாம் தெரியாது... அவ ஃப்ளைட் ஏறுகிற வரைக்கும் வாய்ப்பு இருக்குல்ல.. பாத்துக்கலாம்"

"ப்பா.. என்ன ஒரு காண்ஃபிடன்ஸ்? நீயாடா பேசறே?"

"எனக்காக நீ ஏதாவது பண்ணியே ஆகணும். ப்ளீஸ்.."

"என்கிட்டே சொல்லிட்டேல்ல... போனை வை"

எனக்கு ஜோதியைப் பற்றி ஒன்று மட்டும் தெரியும். ஒரு காரியத்தை சாதிக்க வேண்டும் என்று முடிவு செய்துவிட்டால் எப்படியும் சாதித்து விடுவாள். பம்பரமாக சுற்றுவாள். யாரிடம் வேண்டுமானாலும் பேசுவாள். அரை மணி நேரத்தில் அழைத்தாள்.

"பேசிட்டேன்டா... அவ வரேன்னு ஒத்துக்கிட்டா"

என் இருக்கையில் துள்ளிக் குதித்தேன். பக்கத்து இருக்கை டிரேசி என்னை விநோதமாகப் பார்த்துவிட்டு தன் மானிட்டரில் ஆழ்ந்தாள்.

"என்ன சொன்னே?"

"யார் வந்தாலும் வராட்டியும் அவ வீட்டுக்கு வரணும்னு சொன்னேன். அவளுக்காக எதிர்பார்த்து ஸ்பெஷல் கிஃப்ட் வாங்கி வெச்சிருக்கேன்னு சொன்னேன். ஒத்துக்கிட்டா... அவளுக்கும் அந்த லண்டன் க்ரூப் கூட போறதுல அவ்வளவு விருப்பம் இல்லையாம்"

அவளும் நானும் மட்டும்தான். இது இன்னும் பிரமாதம். நான் அப்போதே பறக்கத் தொடங்கினேன். ஜோதி என்னைத் தரை இறக்கினாள்.

"அப்புறம்... அவளுக்கு கிஃப்ட் கொடுக்க பட்டுப்புடவை எடுக்கணும். ரெண்டு சாரிக்கு நீதான் ஸ்பான்சர்"

"ரெண்டு எதுக்கு. அவ எப்படியும் கட்ட மாட்டா"

"ஹல்லோ சார்.. ஒண்ணு எனக்கு... இவ்வளவு வேலை பாத்திருக்கோம்ல"

"சரி.. எடுத்துத் தொலை" என்றேன் புன்னகையோடு.

ஜூடி 03

ஜூடியும் நானும் மட்டுமே ராகவன் வீட்டுக்கு விருந்துக்கு செல்கிறோம் என்று நினைக்க நினைக்க சனிக்கிழமை காலை முதலே எனக்கு இருப்புக் கொள்ளவில்லை. இத்தனைக்கும் ஜூடி என்னோடு மீண்டும் சரிவரப் பேசுவாளா என்று கூடத் தெரியவில்லை.

நான்கு மணிக்குக் கிளம்பி ஜூடியை அழைத்துக் கொண்டு ராகவன் வீட்டுக்கு செல்வதாக ஏற்பாடு. ஆனால் அந்த நாளோ காலை முதல் அத்தனை மெதுவாக நகர்ந்தது. இதில் கூடுதலாக ஒரு புயல் எச்சரிக்கை வேறு.

வீட்டின் பின்னால் உள்ள சிறிய வெட்டவெளியில் பார்பெக்யூ முறையில் விதவிதமான மாமிசங்களை சுட்டுத் தின்னவும் உரையாடவும் தேவையான வசதிகளை காலை முதலே செய்து கொண்டிருந்தான் ராகவன். அவனை இது வரை ஐந்து முறை அழைத்துவிட்டேன். இறுதியில் வெறி கொண்டு குரைத்தான்.

"இங்க பார்ரா எனக்கு ஏகப்பட்ட வேலை இருக்கு. இனி நீயாச்சு அவளாச்சு. என்னோட ஒரே அட்வைஸ் இதுதான். புறநானூறு, புளியோதரைன்னு சொதப்பாம அவகிட்ட நார்மல் மனுஷன் மாதிரி பேசு"

எப்படி ஆடை உடுத்தினாலும் எனக்குத் திருப்தியாகவே இல்லை. மூன்று முறை உடைகளைக் கழற்றி மாற்றினேன். ஒரு வழியாகக் கிளம்பி ஹோட்டலை அடைந்து லாபியில் நின்று கொண்டு அவளை அழைத்தேன்.

"ஓவ்.. அதற்குள்ளாகவா? இன்னும் ஒரு மணி நேரம் இருக்கே?" என்றாள் சலனமற்ற குரலில். அப்போதுதான் ஆர்வக் கோளாறில் சீக்கிரமாகவே வந்து விட்டதை உணர்ந்தேன்.

“பரவாயில்லை. நான் காத்திருக்கிறேன்” என்று சொல்லி போனை வைத்துவிட்டேன்.

சில நிமிடங்கள் அமைதிக்குப் பிறகு அழைத்தாள். “கம் டூ த ரூம் பிரபு” என்றாள்.

“இட்ஸ் ஓகே.. நான் இங்கேயே வெயிட் பண்றேன்”

“நான் இப்போதுதான் குளிக்கவே போகிறேன். நேரம் ஆகும். மேலே வா... *304*” என்றாள்.

இதற்கு மேல் எப்படி மறுப்பதென்று தெரியவில்லை. எழுந்து சென்று லிப்டில் ஏறி அவள் அறை இருந்த தளத்தை அடைந்தேன். ஒரு நீண்ட பெருமூச்சை வெளியிட்ட பின் கதவைத் தட்டினேன்.

கதவைத் திறந்துவிட்டுக் கூந்தலை அள்ளி போனிடெய்லாக அணிந்தபடி முன்னால் நடந்தாள். முழங்கால் வரை நீளமாக ஒரு இரவு உடை அணிந்திருந்தாள். அறை நான் எதிர்பார்த்ததை விடப் பெரிதாக இருந்தது. உட்கார்ந்து டிவி பார்க்க தனியாக ஒரு வரவேற்புப் பகுதி இருந்தது. ஒரு மூலையில் மேசையில் லேப்டாப் திறந்திருந்தது.

“கிவ் மீ ஃபைவ் மினிட்ஸ். காபி வேணும்னா அங்கே மேக்கர் இருக்கு. போட்டுக்கோ” என்றபடி டிவி ரிமோட்டைக் கட்டிலில் தேடி எடுத்து என் கையில் கொடுத்தாள். ஏதோ வானிலை அறிக்கை ஓடிக் கொண்டிருந்தது. புயல் ஒன்று நியூயார்க் பகுதியை நோக்கி வந்து கொண்டிருப்பதாக சொன்னார்கள். அவள் குளிக்கச் சென்றுவிட்டாள். காபி இயந்திரத்தின் உள்ளே பாட்கஸை செருகி தண்ணீரை ஊற்றினேன். இரண்டு கோப்பைகள் தயார் செய்தேன்.

ஜூடி வெளியே வந்தாள். ஒரு பெரிய துண்டைச் சுற்றியிருந்தாள். அது அத்தனை இறுக்கமாகக் கூட கட்டப்பட்டிருக்கவில்லை. அவள் ஒவ்வொரு வேகமான அசைவுக்கும் நான் படபடத்துக் கொண்டிருந்தேன்.

“உனக்கும் காபி போட்டிருக்கிறேன்” என்றேன்.

“தேங்க் யூ.. சிரமம் எடுத்துக் கொண்டதற்கு” என்றாள்

கோப்பையைக் கையில் வாங்கியபடி. எனக்கு இன்னும் பதற்றமாக இருந்தது. சிரமத்துடன் புன்னகைத்தேன்.

"உனக்கு காபி போடறதுதான் ரொம்ப சுலபமாச்சே. சர்க்கரை, பால் எதுவுமே தேவையில்லை"

அவள் பார்வை தொலைக்காட்சியில் ஓடிக் கொண்டிருந்த வானிலை செய்திகளில் விழுந்தது.

"இந்த சைக்ளோன், சாரி இங்கே அமெரிக்காவில் நீங்க அதை டொர்னாடோன்னு சொல்றீங்க இல்ல? எப்போ வருது?"

"நள்ளிரவில்னு சொல்றாங்க. ஆனா இதெல்லாம் வழக்கமா வருவதுதான். பயம் வேண்டாம்"

ஈரமான கெண்டைக்கால்கள் மின்ன குறுக்கே நடந்து சென்றாள். க்ளாசெட்டில் இருந்து ஆடைகளை எடுத்துக் கொண்டு திரும்பிச் சென்றாள். எனக்கு காது மடல்களில் சூடு பரவியது. அவள் என்னை வைத்து விளையாடுகிறாளோ என்று கூடப் பட்டது.

"நான் டிரஸ் பண்ணிக்கப் போறேன்" என்றாள் என் முதுகுக்குப் பின்னால் இருந்து. அது எச்சரிக்கையா அழைப்பா என்று புரியவில்லை. அறையில் ஆங்காங்கே கண்ணாடிகள் வேறு. தரைவிரிப்பின் கட்டங்களைப் பார்த்தபடி அமர்ந்திருந்தேன். இப்போது புத்திக்குக் கண்கள் முளைத்திருந்தன. பின்னாலிருந்து வரும் சத்தங்களை வைத்து அவள் எந்தக் கோலத்தில் இருப்பாள் என்று கற்பனை வேறு தறிகெட்டு ஓடியது. இப்படி ஒரு சூழலில் நான் எதுவுமே செய்யாமல் உட்கார்ந்திருந்தேன் என்று ராகவனிடம் மட்டும் சொல்லிவிடக் கூடாது.

"பார்க்கத்தான் வேண்டாம். பேசலாமே?" என்றாள்.

"நீ ஏன் ஆஃபீஸ் வரதில்லை ஜூடி? என் மீது கோபமா? நான் அத்தனை பெரிய தவறு செய்துவிட்டேனா?"

அவள் அந்த நேரத்தில் ஜீன்ஸ் பேண்ட் அணிந்து கொண்டிருந்தாள் என்பதை பெல்ட்டின் பக்கிள் சத்தம் சொன்னது.

“எனக்குக் களைப்பாக இருந்தது பிரபு. வாழ்க்கை பற்றிய களைப்பு”

“நான் உன்னைப் பத்தி விசாரிச்சது உனக்குப் பிடிக்கலை. ஆனா அதுதான் ஏன்னு கேக்கறேன்? எப்படி யோசிச்சாலும் காரணம் புரியலை”

“இதை இந்த நேரத்தில் பேசியே ஆகணுமா பிரபு” என்றாள் சலிப்பாக. ஆடைகளை அணிந்து முடித்துவிட்டாள் போல. அறையெங்கும் அவளுடைய பர்ஃப்யூம் வாசம் நிறைந்தது.

இரண்டு நாட்களுக்குப் பின் இப்போதுதான் மீண்டும் சந்தித்து ராசியாகியிருக்கிறோம். எனக்கும் இதைக் கெடுத்துக் கொள்ள வேண்டாம் என்று தோன்றியது. அமைதியாகி விட்டேன்.

“சரி போகலாமா?” என்றபடி எதிரே வந்து நின்றவள் ஸ்கை என்று ஆங்கிலத்தில் பெரிதாக எழுதப்பட்ட ஒரு சாதாரண வெள்ளை டிஷர்ட்தான் அணிந்திருந்தாள். கழுத்தில் ஒரு மப்ளர் சுற்றியிருந்தாள். ஆனாலும் அள்ளிக் கொண்டு போகும் அழகில் இருந்தாள். ஒரு சிறிய டெனிம் ஜாக்கெட்டை அணிந்து உள்ளே சிக்கிக் கொண்ட கூந்தலை வெளியே எடுத்து விட்டாள். அவளிடம் கேட்க வந்த எதுவும் எனக்கு நினைவில்லை. இந்த ஜோடிகளிடம் மட்டும் நான் ஏன் இப்படி அடிமையாகிக் கிடக்கிறேன்?

ஜூடி 03

அடுத்த அரைமணி நேரப் பயணம் அதிவேகத்தில் முடிந்து போய் ராகவனின் வீடு வந்துவிட்டது. அவள் ஏதோ யோசித்தபடிதான் வந்து கொண்டிருந்தாள். பெரிதாக என்னிடம் எதுவும் பேசவில்லை. ஒரு சில சம்பிரதாயமான கேள்விகள், குறுகிய பதில்கள் என்று பயணம் முடிந்து போனது. அவளும் நானும் தனித்திருக்கும் சொற்ப தருணங்கள் அத்தனை வேகத்தில் முடிந்து போவது அதிசயமாகவும் ஏமாற்றமாகவும் இருந்தது. மாலை ஐந்து மணிக்கு காரை நிறுத்தி இறங்கியபோதே வெளியில் அநியாயத்துக்கு குளிரடித்தது. வீசிய காற்று அந்தக் குளிரை இன்னும் பல மடங்காக்கியது. ஜூடி அணிந்திருந்த டி-ஷர்ட் மற்றும் மப்ளர் இந்தக் குளிரைத் தாங்காதுதான்.

அவள் இறங்கியதுமே மார்புக்குக் குறுக்காக கைகளைக் கட்டிக் கொண்டாள். நியாயமாக இங்கே வாழும் நான்தான் அவளை சரியாக எச்சரித்திருக்க வேண்டும். கொஞ்சம் கிறங்கிப் போய் அந்த முக்கியமான விஷயத்தைக் கோட்டை விட்டிருந்தேன்.

"ஊஃப்" என்றாள். ஸ்வெட்டர், அதற்கு மேல் ஜெர்கின் என்று போட்டுக் கொண்டு நின்ற நான் அசட்டுத்தனமாக சிரித்தேன்.

அது ஒரு பெரிய குடியிருப்பு. இருநூறு வீடுகள் இருக்கலாம். எல்லாமே தனித்தனி வீடுகள். ராகவனின் வீடு இரண்டு அடுக்குகளில் நான்கு படுக்கை அறைகளுடன் இருந்தது. பின்னால் ஒரு சிறிய தோட்டம்.

ஜோதி புடவை அணிந்து வந்து கதவைத் திறந்தாள். ஜூடியைக் கண்டதும் அவள் முகம் மலர்ந்தது.

“ஹனி தே ஆர் ஹியர்” என்று உள்ளே திரும்பி குரல் கொடுத்தாள்.

வெள்ளை நிற ஏப்ரன் அணிந்து கையில் ஒரு முழு நீள மீனோடு எட்டிப் பார்த்தான் ராகவன். நிஜமாகவே நன்றாக அசைவம் சமைப்பான். அதற்காகவே பல வார இறுதிகளில் அங்கே டேரா அடித்து விடுவேன்.

“ஹாய் ஜூடி... என்னுடைய மாளிகைக்கு உன்னை வரவேற்கிறேன். ப்ளீஸ் மேக் யுவர்செல்ஃப் கம்ஃபர்டபிள்... நீ வாடா எங்கே போறே வந்து வெங்காயம் வெட்டு” என்றான்.

“ஓ வாவ்.. யூ லுக் ப்யூட்டிஃபுல்” என்று ஜூடியை அணைத்துக் கொண்டாள் ஜோதி. முதலில் ஒயின் மற்றும் சாம்பெயின் பரிமாறப்பட்டது.

கோப்பையை எடுத்துக் கொண்டு ராகவனுக்கு உதவலாம் என்று உள்ளே சென்றேன். கையிலிருந்த கத்தியை நீட்டி எரிந்து விழுந்தான்.

“சொன்னா உடனே வந்துடுவியா? இதுதான் மகனே உனக்கு கடைசி வாய்ப்பு.. போய் அவகிட்டே பேசு” என்றான். சுவரில் அடித்த பந்தாகத் திரும்பி இடைவிடாமல் பேசத் தொடங்கியிருந்த இரு பெண்களிடமும் வந்து சேர்ந்தேன்.

“ஓ... ராகவன் சமையல் செய்கிறாரா? வீட்டில் எப்போதும் அவர்தானா?”

“இல்லை... யாருக்கு நேரம் இருக்கிறதோ செய்வோம். ஆனால் அசைவம் சமைப்பதென்றால் ராகவன்தான். எனக்குப் பிடிக்காது”

“ஏன்? நீ வீகனா? அசைவம் பிடிக்காதா?”

“அய்யோ.. எனக்கு அசைவம்னா உயிர். சமைக்கத்தான் பிடிக்காது. தட்டுல வெச்சா எத்தனை வேணா சாப்பிடுவேன். ராகவனுக்குத்தான் அசைவம் சாப்பிடப் பிடிக்காது”

ஜூடி குழம்பினாள்.

“ராகவன் ஜோதிக்காக அசைவம் சமைக்க கத்துக்கிட்டான். அதுவும் வித விதமா செய்வான்”

நான் குறுக்கே புகுந்து விளக்கினேன். ஜூடி அதிசயித்தாள்.

“ஓ வாவ்.. தட் ஈஸ் சோ ரொமான்டிக்...” என்றாள். ஜோதியின் முகத்தில் சிறிதளவு வெட்கம் வந்தது.

“ஆமாம்.. சரியாக ட்யூன் அமைத்தால் இந்த ஆண்கள் நன்றாக ஆடுவார்கள். குறிப்பாக இந்திய ஆண்கள்” என்றாள்.

“ஹல்லோ... நான் ஒருவன் இங்கே அமர்ந்திருக்கிறேன்” என்றேன் காத்திரமாக.

“அதெல்லாம் நீயும் ஆடுவாய்” என்றாள் ஜோதி. ஜூடி நான் எங்கு சென்றாலும் என்னையே பார்த்துக் கொண்டிருப்பது போல் பட்டது. பிரமையாக இருக்கலாம்.

ராகவனின் வீட்டுக்குப் பின்னால் தோட்டத்தில் பார்பேக்யூ அமைத்திருந்தான். எங்களை அழைத்துச் சென்று அங்கிருந்த பந்தலில் அமர வைத்தான். ஆனால் குளிர் காற்று வீசத் தொடங்கியிருந்தது.

ராகவனின் ஐந்து வயது மகன் அனுபவ் மற்றும் மூன்று வயது மகள் ஆதிரா எங்களோடு இணைந்து கொண்டார்கள். தங்கள் பங்குக்கு சிறிய உருளைக்கிழங்குகளையும் மீன் துண்டுகளையும் தீக்கங்குகளின் மீது வாட்டிக் கொண்டிருந்தார்கள். அனுபவ் ராகவன் மாதிரியே லொட லொடவென்று பேசுவான். ஆதிரா இன்னும் கூச்சம் மாறாத குழந்தை. எதைக் கேட்டாலும் வெட்கப்பட்டாள். தான் வரைந்த ஓவியங்களை ஒவ்வொன்றாகத் தேடி எடுத்து வந்து ஜூடியிடம் காட்டிக் கொண்டிருந்தாள்.

நாங்கள் இப்படி வெளியில் அமர்ந்து சாப்பிடுவோம் என்று ஜூடி எதிர்பார்த்திருக்கவில்லை. கனன்று கொண்டிருந்த அடுப்புக்கு அருகே கொஞ்சம் தீயும் மூட்டியிருந்தது. அது கொஞ்சம் இதமாக இருந்தாலும் அவளால் குளிர் தாள முடியவில்லை என்பது புரிந்தது.

ஒரு ஒயின் கோப்பையைக் கையில் வைத்துக் கொண்டு கணப்புக்கு அருகே என்னோடு நெருங்கி அமர்ந்து கொண்டாள். தன்னுடைய ஜாக்கெட் எதுவும் எடுத்துத் தரட்டுமா என்று ஜோதி கேட்டபோது வேண்டாம் என்று மறுத்தாள்.

கம்பியில் குத்திய மாமிசம் தீயில் வெந்து கொண்டிருந்தது. ஒரு நல்ல மணம் கிளம்பி பசியைக் கிளப்பியது. ராகவன் எனக்கு ஏதோ உதட்டசைவு செய்து கண்ஜாடை செய்தான். எனக்குப் புரியவில்லை. மூன்று முறை செய்துவிட்டுப் பிறகு எரிச்சலடைந்து சுத்தத் தமிழில் பாடத் தொடங்கினான்.

"தங்கள் மேலாடையைக் கழற்றி அவளுக்குக் கொடுங்கள் வேந்தே..."

ஜூடி அவனை விசித்திரமாகப் பார்த்தாள்.

"ஈஸ் தட் அ சாங்"

"ஆமாம்" என்றான் ராகவன். "பிடிச்சிருக்கா?"

"ப்ளீஸ்... வேண்டாம்" என்றாள் ஜூடி.

நான் மீண்டும் மாமிசத்தைப் புரட்டுவதில் கவனம் செலுத்தினேன். ஏற்கனவே எனக்கு நெருங்கி அமர்ந்து கொண்டிருந்த ஜூடி இன்னும் நெருங்கினாள். குளிர்தான் காரணம்... குளிர்தான் காரணம் என்று சொல்லிக் கொண்டேன்.

"ஜூடி... நம்ம பிரபு இருக்கானே... ஒரு நல்ல கிரிக்கெட் ப்ளேயர்.. தெரியுமா?" என்றான் ராகவன்.

"தெரியும். அவனுக்கு நிறைய ரசிகைகள் இருந்தார்கள் என்பதும்" என்றாள் ஜூடி என்னைப் பார்த்து புன்னகைத்தவாறே.

"எனக்கும் கிரிக்கெட் பிடிக்கும்" என்றாள். அமெரிக்கர்களுக்கு கிரிக்கெட் என்றால் என்னவென்றே தெரியாது. ஆனால் ஜூடி லண்டனிலிருந்து வந்தவள் என்று நினைவுக்கு வந்தது. கிரிக்கெட்டைக் கண்டுபிடித்த நாடு.

இப்போது எனது லெதர் ஜாக்கெட்டைத் தரும்படி சைகை காட்டினான் ராகவன்.

நான் வீரமாக என்னுடைய ஜாக்கெட்டைக் கழற்றினேன்.

"ஜூடி.. ஐ திங்க் யூ நீட் திஸ்" என்றபடி அவள் மீது போர்த்தினேன்.

ஜூடி மறுப்பேதும் சொல்லாமல் வாங்கிக் கொண்டாள். ராகவன் ஜோதியைப் பார்த்து பெருமிதமாகப் புருவம்

ஷான் கருப்பசாமி 89

உயர்த்தினான். ஜோதி அவனைப் பார்த்து சத்தமில்லாமல் துப்பினாள்.

"ஜூடி? ஆர் யூ எ மேரீயிங் டைப்?" என்ற கேள்வியை வீசினாள் ஜோதி. லூசுங்களா அவ இதுக்கெல்லாம் சரிப்பட்டு வரமாட்டா என்று எங்களுக்கு சொல்லாமல் சொல்வது போல் இருந்தது அவள் பார்வை.

"ப்ச்.. இல்லை" என்றாள் ஜூடி. எனக்குள் பலூன் ஒன்று டப்பென்று வெடித்து வீழ்ந்தது.

"ஏன்?"

"அது ஒரு கூடுதல் பாரம். ஐ ஆல்வேஸ் ட்ராவல் லைட்" என்றாள். இதைச் சொல்லும்போது அவள் சிரிக்கவில்லை.

ஆதிராவுக்கு ஜூடியை மிகவும் பிடித்துவிட்டது.

"இவங்க பாக்க சின்ட்ரெல்லா மாதிரியே இருக்காங்க. நம்ம வீட்லயே இருக்க சொல்லுங்க"

"வாட்.... நானா?... நீதான் குட்டி சின்ட்ரல்லா" என்று அவளை வாரி அணைத்துக் கொண்டாள் ஜூடி.

அதையடுத்து தேவதைகள் என்றாலே வெள்ளை நிறத் தோலும் தங்க நிறக் கூந்தலும் நீலக் கண்களும் உடையவர்கள் என்று குழந்தைகளுக்குக் கற்பிதப்படுத்தப்பட்டிருப்பது பற்றிப் பேச்சு வந்தது. அது குழந்தைகள் மனதில் மிகச் சிறிய வயதிலேயே ஒரு தாழ்வு மனப்பான்மையைக் கொண்டு வந்து விடுகிறது. குறிப்பாக இந்திய மற்றும் ஆப்பிரிக்க குழந்தைகளுக்கு. தேவதைகளை உருவாக்கும் டிஸ்னியே கூட இப்போது மாநிறத்தில், கருப்பில், ஓரின ஈர்ப்பாளர்களாக என்று பல விதங்களில் தேவதைகளை உருவாக்கிக் கொண்டிருக்கிறது என்றாள் ஜூடி.

"அப்போ தேவதைகள் அனைவரும் வெள்ளை நிறத்தில் இல்லை. அப்படித்தானே ஜூடி?" என்றாள் ஜோதி.

"ஆமாம். வெள்ளை நிறத்தில் இருப்பவர்கள் அனைவரும் தேவதைகள் இல்லைன்னும் சொல்லலாம்" என்றாள் ஜூடி. ஒரு கோழிக்காலை நெருப்பின் மீது காட்டியபடி.

"பிரபு.. கொஞ்சம் கிச்சன் வரைக்கும் வரியா? ஐ நீட் சம் ஹெல்ப்" என்று சொல்லிவிட்டு ஜோதி எழுந்து நடந்தாள். ராகவன் போகாதே என்பது போல் சைகை செய்து கொண்டிருந்தான். நான் எழுந்து போனேன். ஜோதி எனக்காக காத்திருந்தாள்.

"பிரபு.. அவ நல்ல பொண்ணாத்தான் தெரியறா... நீயும் நல்ல பையன்தான். ஆனால் இதெல்லாம் சரிப்பட்டு வராதுடா. உன் உலகம் வேற, அவ உலகம் வேற. கல்யாணம் பண்ணிட்டுப் போய் கால்ல விழுந்தா ஒத்துக்குவாங்கன்னு ஒரு பேச்சுக்கு வெச்சுக்கிட்டாலும் உன் அப்பா அம்மா கால்ல அவ விழுவாளா சொல்லு"

"விழுந்தே ஆகணுமா ஜோதி? அவ உலகம் என்னவா இருந்தாலும் அதுக்குள்ள நான் போகத் தயாரா இருக்கேன். இப்ப ராகவன் உன் உலகத்துக்கு வரலையா?"

"டேய்... மென்டல்... அவ வேற கிரகம், கேலக்ஸி.. புரிஞ்சுக்கோ"

நான் பதில் சொல்வதற்குள் ஜூடி எங்களைத் தேடி உள்ளே வந்துவிட்டாள். ராகவனும் அவள் பின்னாலேயே வந்தான்.

"நான் கிளம்ப வேண்டிய நேரம் வந்துவிட்டது. டின்னர் மிக அருமை. ஸ்பைசி.. ஆனா நன்றாக இருந்தது" சொல்லிவிட்டு ராகவனை அணைத்துக் கொண்டாள் ஜூடி.

"அதுக்குள்ளேயா? இன்னும் கொஞ்ச நேரம் இருந்துட்டுப் போலாமே ஜூடி?"

ஜூடி மறுத்தாள். அவளிடம் திடீரென்று ஒரு அவசரம் வந்திருந்தது.

"போகலாம் பிரபு. இந்த சைக்ளோன் வேறு பயமுறுத்துகிறது. நான் நேரத்துக்கு ஹோட்டல் போகவில்லை என்றால் பெரிய பிரச்சனை ஆகிவிடும்"

"என்ன பிரச்சனை?" என்ற என் கேள்வி காதிலேயே விழாதது போல் புறக்கணித்தாள் ஜூடி.

"ஒரு நிமிஷம்" என்றவாறு உள்ளே சென்ற ஜோதி இரண்டு

அட்டைப் பெட்டிகளுடன் திரும்பி வந்தாள். ஒன்றை என் கையில் கொடுத்தாள்.

"கொடு" என்றாள். நான் அவளிடமிருந்து வாங்கி ஜூடியிடம் கொடுத்தேன்.

"இது என்னோட கிஃப்ட். இன்னொன்னு பிரபுவோட கிஃப்ட். என்னோட செலக்ஷன்" என்றாள். அவளுக்கு ஒரு பரிசு வாங்கித் தரவேண்டும் என்பதே என் மூளையில் உறைக்கவில்லை. ஜோதி என்னைக் காப்பாற்றியிருக்கிறாள்.

"ஓ.. இதுக்கெல்லாம் என்ன அவசியம்?" என்றவள் என்னுடைய பெட்டியைப் பிரித்தாள். அடர் நீல நிறத்தில் அழகிய சரிகை வேலைப்பாடுகளுடன் இருந்தது அந்தப் புடவை. எடுத்து தன் மீது வைத்துப் பார்த்தாள்.

"இதை எனக்கு சுற்றிக் கொள்ளத் தெரியாதே?" என்றாள்.

"யூடியூப்ல நிறைய வீடியோ இருக்கு. பார்த்து கற்றுக் கொள்ளலாம். இல்லாவிட்டால் நீ மறுபடி இங்கே வரும்போது நானே சொல்லித் தருகிறேன். தவிர இது பாக்கதான் நல்லா இருக்கும். கட்டிக்கிட்டா பெரிய இம்சை" என்றாள் ஜோதி.

ஜூடி மறுபடியும் அவளை இறுக அணைத்துக் கொண்டாள்.

"நீ மறுபடி வந்தா கட்டாயம் வீட்டுக்கு வரணும்" என்றாள் ஜோதி. ஜூடி பதில் சொல்லவில்லை. லண்டன் வந்தால் என்னைப் பாருங்கள் என்று சம்பிரதாயத்துக்குக் கூட அவள் சொல்லவில்லை.

திடீரென்று நால்வரின் மொபைல் போனிலும் பெரிய அதிர்வு. எடுத்துப் பார்த்தோம். அரசாங்கத்திலிருந்து அனைவருக்கும் வரும் அவசர காலக் குறுஞ்செய்தி அது. ஒரு பெரிய புயல் ஒன்று எங்கள் பகுதியை நோக்கி வருவதாக. ராகவன் சமாதானப்படுத்தினான்.

"டொர்னேடோ வார்னிங். இப்படித்தான் அப்பப்போ வரும். பயப்படாதே அவன் சொல்லியிருக்கற மாதிரி பெருசா எதுவும் நடக்காது"

ராகவன் அலட்சியமாக சொல்லி அனுப்பினாலும் நாங்கள்

வெளியே வந்தபோது தூரத்துக் காற்றில் ஏதோ விசில் சத்தம் போல ஒலித்துக் கொண்டிருந்தது. காற்றின் வேகத்தால் எழுந்த ஊளைச் சத்தம் மனதின் அடி ஆழத்தில் ஒரு அச்சத்தைக் கிளப்பியது.

அதற்கு மேல் தாமதம் செய்வது சரியென்று படவில்லை. இங்கேயே தங்கி காலையில் செல்லுங்கள் என்ற ஜோதியின் அழைப்பை ஜூடி அன்போடும் அவசரத்தோடும் மறுத்தாள். வழியனுப்ப வரவழைக்கப்பட்ட குழந்தைகளை மென்மையாக முத்தமிட்டுவிட்டு வந்தாள். அவளிடம் ஒரு படபடப்பு தெரிந்தது. கேட்டாலும் அவள் சொல்லப் போவதில்லை.

நானும் ஜூடியும் காரில் ஏறிக் கிளம்பினோம். பாதி வழியிலேயே பனி கொட்டுவது தொடங்கிவிட்டது. வைப்பரைப் போட்டுக் கொண்டேன். காற்றின் வேகம் நேரம் செல்லச் செல்ல வலுத்துக் கொண்டே போனது. பத்து நிமிடங்களில் ராகவனிடமிருந்து போன்.

"டேய்.. பாத்து போடா... நிஜமாவே சீரியஸான சைக்ளோன் போல இருக்கு" என்றான். என்னுடைய கோட் இன்னும் அவளிடம்தான் இருந்தது. அதனால் இப்போது எனக்கு குளிர்வது போலிருந்தது. காருக்குள் கதகதப்பை இன்னும் கொஞ்சம் அதிகப்படுத்தினேன்.

கன்னத்தில் கை வைத்தபடி பனிப் பொழிவின் இடையே அரைகுறையாகத் தெரிந்த சாலையைப் பார்த்தபடி வந்தாள். இன்னும் சிறிது நேரத்தில் அவள் இறங்கிப் போய் விடுவாள் என்று மனம் தவிக்கத் தொடங்கியது. அவளிடம் என்ன எதிர்பார்க்கிறேன் என்று எனக்குப் புரியவில்லை.

அடுத்த சில நிமிடங்களில் சாலையில் வாகனங்கள் வரிசையாக தேங்கத் தொடங்கிவிட்டன.

அத்தனை களேபரத்திலும் எனக்கு ஒரு குதூகலம். அவளோடு நான் இருக்கும் நேரம் இன்னும் கூடுதலாகிறது அல்லவா?

ராகவன் மறுபடி அழைத்தான்.

"டேய்.. அவ ஹோட்டலுக்குப் போற வழியில் பெரிய மரம் ஒண்ணு விழுந்து டிராபிக் ஜாம் போல. இப்போ நியூஸ்ல

காட்டறாங்க. நீ குறுக்கு வழி எல்லாம் எடுக்காதே. மெயின் ரோட்டைத் தவிர மத்த இடங்கள்ல பனியை க்ளியர் பண்ணி இருக்க மாட்டாங்க. ரிஸ்க் அதிகம்"

நான் ஜூடியைத் திரும்பிப் பார்த்து விஷயத்தை சொன்னேன். "ஷிட்" என்றாள்.

உட்கார்ந்த இடத்திலேயே உடம்பை வளைத்து ஜாக்கெட்டைக் கழற்றி எழுந்து திரும்பி பின் சீட்டில் போட்டாள். சில நொடிகள் எனக்கு மிக அருகாமையில் ஒரு வில் போல வந்து சென்ற அவள் உடல் என்னை தடுமாறச் செய்தது.

"தேங்க்ஸ் ஃபார் த ஜாக்கெட்" என்றாள்.

அடிக்கும் காற்றுக்கு காரின் கண்ணாடிகளில் ஒரு வித அதிர்வு தெரிந்தது. வெள்ளை நிறத்தில் வந்து படரும் பனியை விரட்ட முடியாமல் வைப்பர் திணறியது.

மெல்ல வேகம் குறைந்து ஒரு கட்டத்தில் போக்குவரத்து நின்றே போனது. காற்றின் ஊளைச்சத்தம் மட்டுமே இப்போது கேட்டது. முன்னால் நின்ற வாகனங்கள் விளக்குகளை மினுக்கியபடி நின்று கொண்டிருந்தன.

"ஏதாவது பாட்டு கேட்கிறாயா?" என்றேன்.

"வேண்டாம்" என்றாள்.

"இது இப்போதைக்கு நகராது என்று தோன்றுகிறது" என்றேன்.

சில நொடிகள் மௌனத்திற்குப் பின் கேட்டாள்.

"இதை நான் கேட்கக் கூடாதுதான். ஆனால் இந்த நேரத்தில் உன்னுடைய இரண்டாவது ஜூடி கதையை நீ சொல்லலாமே?"

"உனக்கு அதில் எல்லாம் இன்னும் ஆர்வம் இருக்கிறதா என்ன?"

"அஃப்கோர்ஸ் பிரபு..."

"நீ என் மேல் கோபமாக இல்லையா?"

"பிரபு.." அவள் ஒரு நொடி யோசித்துவிட்டு என் வலது கையைப் பிடித்தாள்.

“ஐ அம் சாரி... நீ ஒரு நல்ல நண்பன். என்னை அக்கறையோடு பார்த்துக் கொள்கிறாய். ஆனால் என்னுடைய பழைய கதை, பின்னணி இதெல்லாம் நீ தெரிந்து கொண்டால் நம்முடைய நட்பு இப்படியே இருக்குமா என்று எனக்குத் தெரியாது. இந்த விஷயத்தில் நீ என்னை நம்பித்தான் ஆக வேண்டும்”

அந்தக் கைகளின் மென் கதகதப்பில் நான் இளகிப் போனேன்.

“சரி ஜூடி... உனக்கு விருப்பமில்லைன்னா நீ சொல்ல வேண்டாம்”

ஓங்கி அடித்த சூறாவளிக் காற்றில் கார் ஒரு முறை குலுங்கி அதிர்ந்தது.

“ஷ்ஷிட்” என்று அதிர்ந்து பிறகு சிரித்தாள்.

“இப்ப நீ சொல்லு... இந்த முறை நோ ப்ரேக்ஸ்... முழுக் கதையும் வேணும்” என்றாள் தன் பிடியை இன்னும் இறுக்கி.

இறுகிய பிடியில் இரண்டாவது ஜூடி தானாகவே நினைவுக்கு வந்தாள். அவளும் இப்படித்தான் ஒரு சூறாவளியைப் போல என் வாழ்க்கையில் வந்தாள்.

ஜோடி 02

கல்லூரி முடித்த பிறகு வாழ்க்கை என்னை சென்னை, ஹைதராபாத் என்று அலைக்கழித்து எட்டு ஆண்டுகளுக்குப் பின் மும்பையில் கொண்டு தள்ளியது. அந்த அலுவலகத்தில் நான் ஒரு டீம் லீடர். சாஃப்ட்வேரில் டீம் லீடர் என்ற பதவி மத்தளம் போன்றது. விரட்டி வேலை வாங்குகிறோம் என்று கீழே இருப்பவன் முறைப்பான். வேலை முடியாவிட்டால் மேலே இருப்பவன் முறைப்பான். நிறைய பொறுப்புகள் மட்டும் இருக்கும். ஆனால் அதிகாரம் வெவ்வேறு இடங்களில் இருக்கும். கொஞ்சம் கங்காணி மாதிரிதான். ஆனால் வாழ்க்கை என்றால் என்னவென்று கற்றுக் கொள்ள அத்தனை வாய்ப்புகளும் உள்ள பணி.

மும்பை அலுவலகத்தில் எனது அணியில் கிட்டத்தட்ட இருபது பேர். பிராஜக்ட்கள் அதிகமாகிவிட்டதால் இன்னொரு அணியை உருவாக்கத் தொடங்கினார்கள். கூடுதல் வேலையையும் நானே சமாளிப்பேன் என்று சொன்னதை எனது மேனேஜர் மாதவன் ஒப்புக் கொள்ளவில்லை.

என்னை அவர் கேபினுக்குள் அழைத்து ஒரு சகோதரனைப் போல பாசத்துடன் பேசினார். சாஃப்ட்வேரைப் பொருத்தவரை எல்லாமே மனிதர்களின் மூளைதான். எந்த அளவுக்கு மனிதர்களை வசப்படுத்துகிறோமோ அந்த அளவுக்கு வேலை சுலபமாக நடக்கும். இங்கே ஒருவன் வேலை செய்யமாட்டேன் என்று முடிவெடுத்துவிட்டால் ஆண்டவனே வந்தாலும் அவனிடம் வேலை வாங்க முடியாது. மாதவன் போன்ற ஆட்கள் தட்டிக் கொடுத்து வேலை வாங்குவதில் கில்லாடிகள். கட்டை விரலை வெட்டிக் கொள்ள வேண்டும் என்றால் கூட இருபது நிமிடங்கள் குரல் உயர்த்தாமல் பேசி அதன் முடிவில் நாமே கத்தியைத் தேர்ந்தெடுக்குமாறு வைப்பார்கள்.

“அய்யோ பிரபு” என்றார் ஒரு கேரள ராகத்தில்.

“நீ ஏது வரினும் சமாளிப்பேங்கறதுதானே என்ட பிராப்ளம். இப்போ நீ பாக்கற மாதிரி நாலு மடங்கு வேலை அடுத்த க்வாட்டர்ல வந்தாச்சு. அதுக்கும் நீதான் காரணம். உன்னோட சின்சியாரிட்டிதான் காரணம். வேலை செய்ய முடியலைன்னு நீயும் ஒத்துக்க மாட்டே. ஸ்ட்ரெஸ்ல உன் ஹெல்த் பாதிக்கும். அதுக்கு நான் சம்மதிச்சில்லா. நாளைக்கு இந்த டீம் பெருசா வளர்ந்தா அதுக்கு வளர ஸ்ட்ராங்காயிட்டு ஒரு மேனேஜர் வேணுமல்லே? அது யாரா இருக்கும்னு நீ நினைக்கறே? அதுக்கு எங்களோட முக்கியமான அசெட்டை நாங்கதானே ப்ரொடக்ட் பண்ணனும்? அல்லே?” என்றார் தமிழும் அல்லாத மலையாளமும் அல்லாத ஒரு மொழியில்.

மேனேஜராக ஆனால் அதற்கு அடுத்த பதவி உயர்வில் சிங்கப்பூரில் இருக்கும் ஹெட் ஆஃபீஸ் செல்ல நிரந்தர வாய்ப்பு கிடைக்கும். எல்லாமே அந்தரத்தில் தொங்கும் கேரட்டுகள்தான். ஆனால் எனக்கு அவற்றை அடைய ஓரளவு சாத்தியங்கள் இருந்தன. எனக்குப் போட்டியாக இன்னொரு டீம் லீடரை வேலைக்கு எடுக்கப் போவதாக முடிவு செய்திருப்பதை நானே நெகிழ்ந்து கண் கலங்கும் அளவுக்கு மாதவனால் எடுத்துச் சொல்ல முடிந்தது. என் சம்மதத்துக்கெல்லாம் அவர்கள் காத்திருக்கப் போவதில்லை என்று புரிந்தது. ஒப்புக் கொண்டேன்.

அதற்கான நேர்முகத்துக்கு வந்திருந்த கூட்டத்தின் நடுவேதான் இரண்டாம் ஜூடியை நான் பார்த்தேன். தனித்துத் தெரியும் ஒரு அழகில் இருந்தாள். பார்த்தபோது ஒரு முப்பதிலிருந்து முப்பத்தைந்து வயதிருக்கும் என்று நினைத்தேன். முப்பத்தெட்டு என்று ரெஸ்யூம் பார்த்து தெரிந்து கொண்டேன். கடந்த மூன்று வருடங்களாகத்தான் அவளுக்கு சாப்ட்வேரில் வேலை. அதற்கு முன்பாக ஹோட்டல் மேனேஜ்மென்ட்.

மாதவன் தனக்கு ஓகே என்று சொல்லி என்னையும் ஒருமுறை அவளை சந்தித்துப் பேசச் சொல்லியிருந்தார்.

“ஐ அம் ஜூடி” என்று அவள் கை குலுக்கியபோது ஏனோ மனம் ஒரு குட்டிக்கரணம் அடித்தது. அந்தப் பெயர் அப்படி

ஒரு சிலிர்ப்பை எனக்குள் ஏற்படுத்தியது. ஆனால் எந்த விதத்திலும் இவள் முதல் ஜோடியைப் போல இல்லை.

என் கையை இறுகப் பற்றியிருந்த இந்த ஜோடியின் கைகளில் நிறைய உறுதி தெரிந்தது. அவள் கனத்த குரலில் ஒரு வசீகரம் இருந்தது. திருத்தமாக இருந்தாள். பேச்சு, சிரிப்பு, உயரம், அழகு, மேக் அப் என்று எதுவும் கூடவும் இல்லை குறையவும் இல்லை. கட்டியிருந்த சேலையின் மடிப்புகள் விசிறி வாழை போல அத்தனை கூர்மையாக இருந்தன. அதுபற்றி எதுவும் தெரியாத எனக்கே அப்படிக் கட்டுவது எளிதான காரியம் அல்ல என்று தோன்றியது. அவளிடம் எல்லாமே துல்லியமாக இருந்தன.

ஆனால் அதே காரணத்துக்காகவே அவளை நிராகரிப்பதில் நான் குறியாக இருந்தேன். வெளியே காட்டிக் கொள்ளாவிட்டாலும் எனக்குப் போட்டியாக இப்படி ஒருத்தி வருவதை நான் அடிமனதில் விரும்பவில்லை. ஆனால் அவளுக்கு டெக்னிக்கலாக ஒன்றும் தெரியவில்லை என்ற காரணத்தை வைத்து உறுத்தும் மனசாட்சியை சமாதானப்படுத்திக் கொண்டிருந்தேன். அவளை மடக்குவது போலவே கேள்விகள் கேட்டுக் கொண்டிருந்தேன்.

"இவ்வளவு லேட்டா ஏன் சாப்ட்வேர் டெவெலப்மெண்டுக்குள்ள வர நினைக்கறீங்க?"

"மற்ற துறைகளை விட மூணு மடங்கு சம்பளம். அடிக்கடி வெளிநாடு போற வாய்ப்பு. சொந்தமா தொழில் தொடங்கற சாத்தியங்கள். ஃபேக்டரி, மெஷினரி தேவையில்லை. வெறும் மூளையை மட்டுமே வெச்சு ஒரு எக்ஸ்போர்ட் பிசினஸ் பண்ண முடியும்னா அது இது மட்டும்தான்" என்றாள்.

"அப்போ இவ்வளவு வருஷம் ஹோட்டல் இன்டஸ்ட்ரில நீங்க சேத்து வெச்சிருக்கற அனுபவம் என்ன ஆகும்? அது வீணாகாதா?"

"அந்த அனுபவம் பயன்படாதுன்னு இல்லையே? ரெண்டுமே சர்வீஸ் இன்டஸ்ட்ரிதானே? ஒரு கஸ்டமர் எதிர்பார்க்கறதை சரியா செஞ்சு முடிக்கறதுதானே இங்கேயும் தேவை? கஸ்டமர் சர்வீஸ் என்னுடைய பலம்"

எப்படிக் கேட்டாலும் பட் பட்டென்று பதில்கள் தெறித்தன.

ஆனால் மாதவனிடம் எனக்கு அவ்வளவு இம்ப்ரெஸ் ஆகவில்லை என்று சொன்னபோது கண்ணாடியைக் கழற்றி ஆச்சரியப்பட்டார்.

"ஏன் பிரபு? நல்ல கேன்டிடேட். எனக்கு ரொம்பப் பிடிச்சிருந்ததே.. ரொம்ப தெளிவா யோசிக்கறாங்க.. நல்ல கம்யூனிகேஷன் கூட இருக்கு"

"இல்லை மாதவன்.. அவங்க வயசு இப்பவே கிட்டத்தட்ட நாப்பது. டீம்ல எல்லோரும் இருபத்தஞ்சு இருபத்தாறு வயசு சின்னப் பசங்க. தவிர சாப்ட்வேர் அனுபவம் சுத்தமா இல்லை. அதெல்லாம் கத்துக்கறப்போ இன்னும் வயசாகிடும். அவனவன் இஷ்டத்துக்கு டெக்னிகலாப் பேசி ஏமாத்துவான். அதுவும் இல்லாம டீம் லீடர்னா நைட் பகல் பாக்காம வேலை பாக்கணும். அவங்க லேடி வேற. ஸ்கூல்ல படிக்கற பொண்ணு. வீட்டுக்கு நேரத்துக்குப் போகணும்னு சொல்லுவாங்க. இது செட் ஆகும்னு எனக்குத் தோணலை"

அன்று நான் சொன்ன காரணங்களை வைத்து அமெரிக்காவில் யாரையாவது நிராகரித்தால் அது டிஸ்க்ரிமினேஷன். வழக்குப் போட்டு சில மில்லியன்கள் தீட்டி விடுவார்கள். இந்தியாவில் அப்படி இல்லை. பெண் என்ற ஒரே காரணத்துக்காகவே வேலைக்கு எடுக்காமல் நிராகரிக்கலாம். மாதவன் தனது இனிப்பான புன்னகையை மீண்டும் விரித்தார்.

"என்ன பிரபு.. அதுக்குதான் நீ இருக்கியே.. டெக்னிகலா அவங்களுக்கு ஏதும் டவுட் வந்தா நீ பாத்துக்க. வந்த கேன்டிடேட்ல இவங்கதான் கொஞ்சமாவது தேறி இருக்காங்க. தவிர நமக்கு இப்போ உடனே ஆள் வேணும்பா. பாத்துக்கலாம். அப்புறம் அந்த ஜூடிக்கு வயசு நாப்பதெல்லாம் இல்லை.. முப்பத்தெட்டுதான்"

மாதவன் விழுந்துவிட்டார் என்று புரிந்தது. இனி என்ன சொன்னாலும் கேட்க மாட்டார். பாஸ் முடிவாக சொன்ன பிறகு அதற்கு மறுப்பேது? ஜூடி மூன்று வாரங்களில் எங்கள் அணியில் இன்னொரு டீம் லீடராக இணைந்தாள்.

ஆரம்பத்தில் தொட்டது தொண்ணூறுக்கும் என்னிடம் கேட்டுக் கேட்டுத்தான் வேலை செய்வாள். அவளிடம் அத்தனை கேள்விகள் இருந்தன. கேட்டுக் கொண்டே இருந்தாள். சில நேரங்களில் அது எரிச்சலாகக் கூட இருக்கும். ஆனால் அவ்வப்போது மாதவனிடம் வெளிப்படையாகவே என்னைப் பாராட்டினாள். அப்போது என் கோபமெல்லாம் பறந்து போய் விடும்.

"பிரபு மட்டும் இல்லாவிட்டால் எனக்கு இங்கே தலை கால் புரிஞ்சிருக்காது மாதவன்"

"பிரபு நம்மோட பெரிய அசெட் ஜூடி. இந்த டீமோட தூண் அவன்தான்"

நான் இல்லாவிட்டால் அத்தனை பெரிய அணி எப்படி தடுமாறிப் போகும் என்பதை மாதவன் நினைவூட்டினார். ஜூடியும் எனக்கு ஆயிரம் முறை நன்றி சொன்னாள். எனக்கு ஒரு சிறிய பரிசு வேறு வாங்கி வந்து அனைவர் முன்பாக அதைத் தந்தாள். அது ஒரு லெதர் வேலட். நான் எனக்குக் காத்திருக்கும் ஆப்பு கண்ணுக்குத் தெரியாமல் பெருமிதமாகப் புன்னகைத்தபடி நின்று கொண்டிருந்தேன்.

நான் எதிர்பார்த்ததை விட வேகமாகவே வேலையை நன்றாக கற்றுக் கொண்டாள் ஜூடி. இரண்டே மாதங்களில் ஒரு ப்ராஜக்டை அவள் தனியாக எடுத்து நடத்தி முடித்துக் காட்டினாள். க்ளையண்டுக்கு அத்தனை சந்தோஷம். மாதவன் அவளையும் என்னையும் மொத்த அணியையும் அழைத்து ஒரு டின்னர் வைத்துப் பாராட்டினார். மது கரை புரண்டு ஓடியது. நான் குடிக்கவில்லை. என்னோடு ஜூடியும் ஆரஞ்சு ஜூஸ் குடித்துக் கொண்டு நின்றாள்.

"நீ குடிக்க மாட்டியா?" என்றாள்.

"எப்பவாவது... சோகமா இருந்தா மட்டும்" என்றேன். பிறகு அவளைக் கேட்டேன்.

"நீ?"

"எப்பவாவது... கோபமா இருந்தா மட்டும்" என்றாள்.

ஜூடி 02

அதன் பிறகு ஜூடிக்கென்று அதிகாரம் கிடைக்கத் தொடங்கியது. மெல்ல மெல்லத் தனது அணியில் புதிய மாற்றங்களை செய்யத் தொடங்கினாள். முதலில் என்னைக் கேட்டுக் கேட்டு செய்தவள் பிறகு தன் விருப்பத்துக்கு செயல்படத் தொடங்கினாள். கேட்டால் எல்லாவற்றுக்கும் ஒரு விளக்கம் வைத்திருந்தாள்.

"இதெல்லாம் சின்ன சேஞ்சஸ் பிரபு. உனக்கு ஏற்கனவே நிறைய வேலைகள். உன்கிட்டே வந்து உன்னை டிஸ்டர்ப் பண்ண விரும்பலை"

இப்படி சொல்லிச் சொல்லியே பல விஷயங்களை மாற்றிவிட்டாள். சிறிய சிறிய மாற்றங்கள் போலத்தான் தெரிந்தன ஆனால் அவற்றை மொத்தமாக இணைத்துப் பார்க்கும்போது பெரிய விளைவுகள். திடீரென்று ஜூடி இல்லாமல் அங்கே ஒரு அணுவும் அசையாது என்ற நிலை உருவாகிப் போயிருந்தது. அவள் டீமுக்கு மாதம் ஒரு முறை டின்னர் அழைத்துச் செல்ல மாதவனிடம் பேசி பட்ஜெட் வாங்கிக் கொண்டாள். எனக்குப் பொறுக்கவில்லை. என்னுடைய அணியோடு அப்படி கடைசியாக எப்போது டின்னர் போனோமென்று நினைவில்லை. மாதவனிடம் ஓடிச்சென்று சிறுபிள்ளை போல் முறையிட்டேன்.

"நீ கேக்கலை. அவ கேட்டா. அதான் கொடுத்தேன்" என்றார் மாதவன். உண்மைதான். ஆனால் எனக்குக் கேட்க வேண்டும் என்று அதுவரை தோன்றவில்லை.

அது வெறும் ஆரம்பம்தான். அதன் பிறகு எனக்கு நடக்காத பல விஷயங்கள் ஜூடிக்கு மட்டும் நடக்கத் தொடங்கின. ஜூடி பல விதங்களில் எனக்குத் தலைவலியாக உருவெடுத்தாள்.

அவளிடம் எப்போதும் குறையாத ஒரு உற்சாகமும் நினைத்ததை சாதிக்கும் வெறியும் இருந்தது. அவளுடைய அணியில் வேலை செய்பவர்களிடமும் அதே உற்சாகமும் வேகமும் தொற்றிக் கொண்டிருந்தன. ஆறே மாதங்களில் மாதவன் உட்பட அனைவரும் அவள் புகழ் பாடத் தொடங்கிவிட்டார்கள். நாங்கள் இருவரும் அலுவலகத்தில் ஒரே படிநிலையில் இருப்பதால் எங்களைப் பலரும் ஒப்பிடத் தொடங்கியது தவிர்க்க முடியாததாகிவிட்டது.

சொல்லப் போனால் ஜூடியின் பத்து பேர் கொண்ட புதிய அணி என்னுடைய இருபது பேர் கொண்ட பெரிய அணிக்கு சவாலாக வந்து நின்றது. நாங்கள் முடிக்கும் அளவுக்கான வேலையை அவர்களும் முடித்தார்கள். எவ்வளவு வேலை தந்தாலும் அயராமல் இன்னும் இன்னும் என்று ஜூடி பம்பரமாக சுற்றிக் கொண்டிருந்தாள். முதலில் அத்தனை கவர்ச்சியாக இருந்த அவளுடைய தெற்றுப்பல் சிரிப்பு இப்போது எனக்கு எரிச்சலைத் தந்தது. உன் சிரிப்பு அழகுதான் அதற்காக எதற்கு இப்படி சதா இளித்துக் கொண்டே இருக்கிறாய் என்று தோன்றியது.

அடுத்த காலாண்டு சந்திப்பில் இன்னொரு வெடிகுண்டை மாதவன் வீசினார்.

“பிரபு.. உனக்கு ஏற்கனவே லோடு அதிகம். அதனால அந்த புது டென்மார்க் டெலிகாம் ப்ராஜக்டை ஜூடியே ஹேண்டில் பண்ணட்டும். அதுக்கு உன் டீம்ல இருந்து ஒரு அஞ்சு பேரை அவ டீமுக்கு மாத்தி விட்டுடலாம்”

எனக்கு சுர்ரென்று கோபம் வந்தது.

“அதெல்லாம் தர முடியாது சார். எனக்கு ஏற்கனவே ஆள் ஷார்ட்டேஜ். அப்படி செஞ்சா என்னோட டெலிவரபிள்ஸ் பாதிக்கப்படும்”

மாதவன் தனது லேப்டாப்பை திருப்பிக் காட்டினார்.

“பிரபு.. இவ்விட நோக்கு. இது போன மாச யுடிலைசேஷன் ரிப்போர்ட்.. அறுபது பர்சன்ட்தான் வேலை இருக்குன்னு நீயே கொடுத்த ரிப்போர்ட்”

“சார்.. அது... அப்போ... இப்போ திடீர்னு வொர்க் வந்துட்டா நான் என்ன பண்ண முடியும்?”

“நாளைக்கு வர பலாக்காயை அப்புறம் உரிக்கலாம்.. இப்போ ஜூடி டீமுக்கு யாரெல்லாம் போறாங்கன்னு நீயே முடிவு பண்ணு”

கடுப்பாக எனது இருக்கைக்கு வந்து இருப்பதிலேயே சொத்தை ஆட்களாகப் பொறுக்கி அனுப்பினேன். குறைந்தபட்ச ஆறுதலாக அந்த ஐந்து பேரும் என்னை விட்டுப் பிரிய விருப்பமில்லை என்றார்கள். கூடுதலாக வெளிப்பட்ட அந்த சோகத்தில் ஒரு போலித்தனம் இருப்பது போல் எனக்குத் தோன்றியது. ஒரு சிறிய நிம்மதி அவர்கள் முகத்தில் இருந்தது போலிருந்தது. அதே நேரம் அங்கே சென்றால் ஜூடி கசக்கிப் பிழிந்து வேலை வாங்கி விடுவாள் என்ற அச்சமும் தெரிந்தது.

டென்மார்க் பிராஜக்ட் தொடக்கத்தை ஜூடி ஒரு பெரிய டின்னர் பார்ட்டியாக அரங்கேற்றினாள். அந்த நேரத்தில் எதேச்சையாக டெல்லியிலிருந்து வந்திருந்த எங்கள் நிறுவனத்தின் சிஇஓவையும் சாமர்த்தியமாக அழைத்துவிட்டாள். எப்படியோ அவரும் ஒப்புக் கொண்டுவிட்டார். எனக்கெல்லாம் அது சுட்டுப் போட்டாலும் வராது. ஏன் மாதவனே கூட இது வரை சிஇஓவை எங்கள் அணியின் எந்த நிகழ்ச்சிக்கும் வரவழைக்க முடிந்ததில்லை. அந்த விருந்துக்குச் செல்ல எனக்கு விருப்பமில்லை என்றாலும் சிஇஓ கலந்து கொள்வதால் நானும் போய்த்தான் ஆக வேண்டியிருந்தது.

ஒரு ஜீன்ஸ், வட்டக் கழுத்து டி-ஷர்ட் என்று ஏனோதானோவென்றுதான் போனேன். எனது அணியிலிருந்து என்னைத் தவிர வேறு யாருக்கும் அழைப்பு இல்லை. கையில் விஸ்கியோடு ஒரு மூலையில் தனியாக நின்றேன். என்னிடமிருந்து போன ஐந்து டெவலப்பர்கள் என்னைப் பார்த்து சம்பிரதாயத்துக்கு ஒரு ஹாய் சொல்லிவிட்டு புதிய கூட்டத்தில் ஐக்கியமாகி விட்டார்கள். அவர்கள் முன்பை விட மகிழ்ச்சியாக இருந்தார்கள் என்பது என்னை இன்னும் வெறுப்பேற்றியது. ஜூடியின் அணியினர் அவளை ஒரு கடவுள் போல பாவித்தார்கள். பெரிய உயரமான கேக் ஒன்று சிஇஓவால்

வெட்டப்படக் காத்திருந்தது. எல்லாமே பார்க்கப் பார்க்க எரிச்சலாக வந்தது.

மாதவனும் ஜூடியும் சிஇஓவுடன் கடைசியாக வந்தார்கள். ஜூடி உடலைக் கவ்விப் பிடிக்கும் உடை ஒன்றை அணிந்திருந்தாள். ஸ்லீவ்லெஸ் உடையின் வெளியே பளிச்சென்று தெரிந்த கைகளையும் அவள் அணிந்திருந்த அதீத மேக்கப்பையும் வெறுப்போடு கவனித்தேன். பளபளப்பான ஒரு பாம்பைப் போல அவள் தெரிந்தாள். வழக்கத்தை விட இரண்டு மடங்கு சிரித்தாள். குறிப்பாக எங்கள் சிஇஓ அடித்த மொக்கை ஜோக்குகளுக்கு.

சிஇஓ கேக் அருகே வந்ததும் ஜூடியின் கையில் கத்தியைக் கொடுத்தார். அவள் மறுக்க அவர் விடாப்பிடியாக அவள் கையைப் பிடித்து கேக் வெட்டினார். அதை முதலில் ஜூடிக்கும் பிறகு மாதவனுக்கும் ஊட்டினார். டேய் நடிக்காதீங்கடா என்று எனக்குள் சொல்லிக் கொண்டேன். மாதவன் தலைகால் புரியாத அளவு குஷியாக இருந்தார். நான் ஒருவன் நிற்பதையெல்லாம் அவர் கவனித்ததாகவே தெரியவில்லை.

மூன்று மாதங்களுக்கு முன்பு என்னைக் கேட்காமல் நான் அறியாமல் அங்கே ஒரு துரும்பு கூட அசையாது. இப்போது எல்லாமே மாறிவிட்டது. அங்கே பேசிய யாரும் என் பெயரைக் கூட குறிப்பிடவில்லை. நான் இனி அவர்களுக்குத் தேவையில்லை. அதற்கு மேல் என்னால் அங்கே நிற்க முடியவில்லை. யாரிடமும் சொல்லிக் கொள்ளாமல் எழுந்து வெளியேறி வந்தேன்.

வெளியே வந்த சில நிமிடங்களில் மாதவனிடம் இருந்து போன்.

“பிரபு எங்கே மேன் போயிட்டே? இப்போதான் உன்னை இங்கே பார்த்துச்சு. அதுக்குள்ளே மாயமாயிட்டு மறைஞ்சு போயிட்டே”

“இல்லை திடீர்னு கொஞ்சம் உடம்பு சரியில்லை. காய்ச்சல் வர மாதிரி இருந்தது”

“அதுக்கு இப்படி சொல்லாம போவியா... ஆர் யூ ஆல்ரைட்?”

“கொஞ்சம் ரெஸ்ட் எடுத்தா சரியாகிடுவேன்”

“இல்லை.. திடீர்னு பிக் பாஸ் கேட்டார். நீ இருந்தா நல்லா இருக்கும்னு பாத்தோம். ரொம்ப தூரம் போயிட்டியா? ஜஸ்ட் வந்துட்டுப் போக முடியுமா?”

ஹோட்டலுக்கு வெளியேதான் இருந்தேன். போடா ங்கோத்தா என்று மனதுக்குள் சொல்லிக் கொண்டேன்.

“இல்லை. நீங்க கன்டினியூ பண்ணுங்க”

கசப்போடு சொல்லிவிட்டு அவர் பதிலுக்குக் காத்திருக்காமல் போனை வைத்தேன். எனது பைக்கில் ஏறிக் கிளம்பினேன். அவள் ஆடட்டும். இன்னும் எத்தனை நாள் இவளுடைய ஆட்டம் என்று பார்த்துவிடலாம். அந்த ஆண்டின் இறுதியில் மாதவனுக்குப் பதவி உயர்வு வந்து விடும் என்பது கிட்டத்தட்ட உறுதி. அவர் சிங்கப்பூரில் வீடெல்லாம் தேட ஆரம்பித்து விட்டார். இதனால் வெற்றிடமாகப் போகும் அவருடைய இடத்துக்கு இந்த நிறுவன சீனியாரிட்டி மற்றும் ப்ராஜக்ட் அனுபவ அடிப்படையில் நான்தான் வருவேன். அதன் பிறகு இந்த ஜூடி எனக்குக் கீழ்தான் வேலை பார்க்க வேண்டும். அப்போது இருக்கிறது கச்சேரி.

ஆனால் இறுதியாக அந்த நாள் வந்தபோது என் வாழ்க்கையில் மறக்க முடியாத ஒரு நாளாக அமைந்தது. எனக்கு அது வரை இல்லாத அளவு அறுபது சதவீதம் நல்ல சம்பள உயர்வு கொடுத்திருந்தார்கள். அப்ரைசலின் போது ஆஹா ஓஹோ என்று என் பணியைப் பாராட்டித் தள்ளினார்கள். இவை அனைத்தையும் தாண்டி அத்தனை கசப்பாக இருந்தது அந்தச் செய்தி. மாதவனின் இடத்துக்கு ஜூடியைப் பதவி உயர்வு செய்திருந்தார்கள். அப்படியானால் நான்தான் இனிமேல் ஜூடிக்கு ரிப்போர்ட் செய்ய வேண்டும்.

இயலாமையும் கோபமுமாக என் இருக்கைக்கு வந்து லேப்டாப்பைத் திறந்து வேலை விலகல் மெயிலைத் தட்டி மாதவனுக்கு அனுப்பினேன். என்னை வாழ்த்துவதற்குக் காத்திருந்த யார் முகத்திலும் விழிக்கப் பிடிக்கவில்லை. யாரிடமும் பேசாமல் எழுந்து வீட்டுக்கு வந்துவிட்டேன். லேப்டாப்பைக் கூட எடுத்து வரவில்லை.

ஜூடி 03

ஜூடியால் என் கதையை இந்த இடத்தில் இடைமறிக்காமல் இருக்க முடியவில்லை.

"ஓ மை காட்... ப்ரமோஷன் கிடைக்கலைன்னு வேலையை விட்டு ரிசைன் செய்தாயா? அவ்வளவு கோபமா?"

"ஆமாம்"

"உன்னைப் பாத்தால் அப்படித் தெரியவில்லை... உனக்கெல்லாம் கோபம் வருமான்னு ஆச்சரியமா இருக்கு" என்றாள் மூன்றாம் ஜூடி முன்னால் நகராமல் நின்ற வாகனங்களை கவலையுடன் பார்த்தபடி. தன் ஆப்பிள் வாட்சை அடிக்கடி பார்த்துக் கொண்டாள். அவளிடம் சிறிய டென்ஷன் தெரிந்தது. அவள் போனில் பேட்டரி தீர்ந்து போய் அரை மணி ஆகியிருந்தது. என் காரில் இருந்த சார்ஜர் அவள் போனுக்கு ஏனோ வேலை செய்யவில்லை.

போக்குவரத்து எங்கேயும் நகர்வதாகக் காணோம். சாலையின் மறுபக்கம் எதிர் திசையில் வாகனங்களே இல்லை. கார் எத்தனை நேரம் இப்படியே ஓடும் என்று தெரியாது. எஞ்சினை நிறுத்திவிட்டால் குளிரில் விறைத்துப் போவோம். எனக்கு திடீரென்று ஒரு யோசனை தோன்றியது. எனக்கு சாதகமான யோசனை. ஆனால் வெளிப்படையாக உற்சாகத்தைக் காட்டிக் கொள்ளாமல் கேட்டேன். இந்த இரவில் எல்லாமே எனக்கு சாதகமாக நடப்பதாகத் தோன்றியது. துணிச்சலோடு கேட்டேன்.

"ஜூடி.. இது இப்போதைக்கு நகராது போலத் தோன்றுகிறது. பனி வேற நிக்காம கொட்டிட்டே இருக்கு. உனக்கு பிரச்னை இல்லைன்னா நீ என் வீட்டுக்கு வந்து விடு. காலையில் இதெல்லாம் அடங்கியதும் உன்னை நானே ட்ராப் பண்ணிடறேன்"

ஜூடி பதறி மறுத்தாள்.

“அது பெரிய சிக்கலாயிடும் பிரபு. எப்படியாவது என் ஹோட்டல் போய் விட முடியாதா?” என்றாள். அவள் குரலில் இருந்த கெஞ்சல் எனக்கு ஏமாற்றத்தை அளித்தது. சாலையைப் பார்த்தேன். பனி நிற்காமல் விழுந்து கொண்டிருந்தது. சில வாகனங்கள் ஏற்கனவே சர்வீஸ் லேனில் திரும்பிக் கொண்டிருந்தன. மீண்டும் ஒரு முறை முயன்றேன். இது நிச்சயமாக நானில்லை.

“நீயே பாரு ஜூடி.. இரண்டு மணி நேரமா நிக்கறோம். ஒரு இஞ்ச் கூட நகரலை. என் வீட்டுக்கு எதிர் திசையில் போகணும். ஜஸ்ட் ட்டூ மைல்ஸ். அந்தப் பக்கம் சுத்தமா டிராபிக் இல்லை. இந்தக் காரில் குளிரில் உறைந்து கிடப்பதற்கு என் வீட்டில் கதகதப்பாகத் தூங்கி எழுந்திருக்கலாம். என் வீட்டில் போனால் உனக்கும் போன் சார்ஜர் கிடைக்கலாம்”

ஜூடிக்கும் நான் சொல்வதுதான் சரியென்று புரிந்திருந்தது. ஆனாலும் அத்தனை தயங்கினாள். பிறகு அரை மனதோடு “ஓகே.. ஃபைன்" என்றாள் ஒரு பெருமூச்சுடன். அது வரை சோர்ந்து கிடந்த நான் முழு சக்தி பெற்று எழுந்து அமர்ந்தேன்.

புயலுக்கும் சாய்ந்து விழுந்து எனக்காக உயிர் விட்ட அந்தப் பெயர் தெரியா மரத்துக்கும் நன்றி சொல்லி காரை கொஞ்சம் கொஞ்சமாக வலது புறம் நகர்த்தி சர்வீஸ் லேனுக்கு வந்து அடுத்த வெளியேற்றத்தில் யு டர்ன் அடித்து சாலையின் எதிர் திசைக்கு வந்து என் வீட்டுக்கு விரைந்தேன். நான் நினைத்தது போல் என் வீட்டுக்குச் செல்லும் பாதையும் அத்தனை எளிதாக இல்லை. சில இடங்களில் கணுக்கால் புதையும் அளவு பனி. எப்போது வேண்டுமானாலும் நின்று விடுவேன் அல்லது வழுக்கிக் கொண்டு கவிழ்ந்து விடுவேன் என்று கார் பயமுறுத்தியது. பல இடங்களில் எது சாலை எது பள்ளம் என்று தெரியாத அளவு பனி மூடிக் கிடந்தது. கொஞ்சம் குத்து மதிப்பாகத்தான் காரை ஓட்டிக் கொண்டிருந்தேன். எதிரில் வாகனங்கள் இல்லை என்பது ஒரு வகையில் சவுகரியமாக இருந்தது. ஜூடியைப் பார்த்தேன். நகம் கடித்துக் கொண்டிருந்தாள்.

"ஆர் யூ ஓகே ஜூடி?" என்றேன்.

அவள் பதில் பேசவில்லை. எதையோ சிந்தித்தபடி அமர்ந்திருந்தாள். கால்கள் ஒரு விதப் பதற்றத்தில் தந்தியடித்தன. அவளை இப்படி நான் பார்த்ததில்லை.

ஒரு வழியாக என்னுடைய தனி வீட்டின் முன்பாக வந்து சேர்ந்த கார் நிறுத்தத்தின் தானியங்கிக் கதவைத் திறந்து காரை உள்ளே நுழைத்தேன். இஞ்சினை நிறுத்திவிட்டு கேரேஜின் தானியங்கிக் கதவை மூடினேன். அது மொத்தமாக மூடியதும் இத்தனை நேரம் இருந்த பேரோசைகள் சட்டென்று அடங்கி ஒரு அமைதி சூழ்ந்தது. இன்னும் காற்றின் ஊளைச்சத்தம் மூளையில் இரைச்சலாக ஒலித்துக் கொண்டிருந்தது.

ஜூடி இப்படி வருவாள் என்று தெரியாததால் எல்லாம் போட்டது போட்டபடி கிடந்தன. அவசர அவசரமாக பொருட்களை ஒழுங்கு செய்தபடி அவளை நடத்திச் சென்றேன்.

ஜூடியை வரவேற்பறைக்கு அழைத்து வந்து டிவி முன்பாக அமர வைத்தேன். அவள் செய்தது போலவே ரிமோட்டைக் கையில் கொடுத்தேன்.

"முதலில் போன் சார்ஜர் இருந்தால் கொடேன்" என்றாள். சார்ஜில் போட்டு போனை ஆன் செய்தாள். பிறகு யாரையோ அவசரமாக அழைக்க முயன்றாள். அழைப்பு போகவே இல்லை. எரிச்சலுடன் போனைத் தூக்கி சோபாவின் மேல் வீசினாள்.

"புயலின் காரணமாக இருக்கலாம்" என்றேன்.

சிறிது நேரம் டென்ஷனாகவே அமர்ந்திருந்தவள் பிறகு மெல்ல இயல்புக்கு வந்தாள். இனி தன் கையில் எதுவும் இல்லை என்ற ஒரு விடுபடல் நிலைக்கு வந்தது போல் இருந்தது.

உடை மாற்றிக் கொண்டு வெளியே வந்தேன். அவளுக்குத் தர மாற்று உடை கூட என்னிடம் இல்லை என்று உறைத்தது.

"என்னுடைய ஷார்ட்ஸ்தான் இருக்கு" என்றேன்.

"இட்ஸ் ஓகே.. குளிர்தானே? எனக்கு இதுவே வசதியாகத்தான் இருக்கிறது"

ஃப்ரிட்ஜைத் திறந்து தண்ணீர் எடுத்துக் கொடுத்தேன்.

“லிக்கர் கூட இருக்கு” என்றபோது வேண்டாம் என்று தலை அசைத்தாள்.

“அது என்னோட பெட்ரூம். இந்த ரெண்டு பெட்ரூம் ஃப்ரீயாதான் இருக்கு. நீ எதுல வேணா படுத்துக்கலாம்”

“ஏன்? உன்னுடைய பெட்ரூமில் படுத்துக் கொள்ளக் கூடாதா”

அவள் கேள்வியின் விஷமத்தைப் புரிந்து கொள்ளாமல் “தாராளமா. நான் வேணும்னா வேறு ரூமில்...” என்று சொல்லிவிட்டு வழிந்து சிரித்தேன்.

“பிரபு.. யூ ஆர் ஹோப்லஸ்” என்று தலையை ஆட்டினாள். மெல்ல எழுந்து வீட்டைச் சுற்றி வந்தாள்.

“நீ தனியாகத்தானே இருக்கிறாய்? எதற்கு மூன்று பெட்ரூம் வீடு?”

“முன்னெல்லாம் அம்மா, அப்பா அடிக்கடி வந்து தங்கி இருந்தாங்க. அதுக்காகப் பாத்து வாங்கின வீடு”

“மறுபடி எப்போ வராங்க?”

“இனிமேல் வர மாட்டாங்க. என் மேல கோபம். நாலு வருஷம் ஆச்சு அவங்களைப் பாத்து”

அவள் முகம் சட்டென்று இளகியது.

“ஓ.. பிரபு.. ஐ ஆம் சாரி”

“நான் கல்யாணம் பண்ணிக்கலைன்னு அவங்களுக்கு ரொம்ப வருத்தம். நான் ஒரே மகன் வேற”

ஜூடி என் அருகே அமர்ந்துகொண்டாள்.

“டூ யூ மிஸ் தெம்?” என்றாள்.

நான் அமைதியாக இருந்தேன்.

“சரி.. இது ஒரு பர்சனல் கேள்விதான். ஆனால் ராகவன், ஜோதி, உன் பெற்றோர் எல்லோருமே நீ கல்யாணம் பண்ணிக்கணும்னு சொல்றாங்க. உனக்கும் அதில் மாற்றுக் கருத்து இருப்பது போல் தெரியவில்லை. ஆனா நீ ஏன் இன்னும் பண்ணிக்கலை?”

"தெரியலை. இதுவரை யாரையும் பிடிக்கலை" என்றேன்.

"இன்னொரு ஜூடி உன் வாழ்க்கைல வரணும்னு எதிர்பார்க்கறியா?"

என்னை அறியாமல் புன்னகை ஒன்று என் முகத்தில் தோன்றியிருக்க வேண்டும். என்ன புரிந்ததோ ஜூடி தலையசைத்து சிரித்துக் கொண்டாள்.

"ஸ்பீக்கிங் ஆஃப் ஜூடி, மிச்சம் இருக்கற கதையையும் சொல்லிடு. எனக்கு இரண்டாவது ஜூடியையும் ரொம்பவே பிடிச்சிருக்கு" என்றாள்.

நான் விட்ட இடத்திலிருந்து இரண்டாம் ஜூடியின் கதையைத் தொடர்ந்தேன். மூன்றாம் ஜூடி எனக்கு நெருங்கி அமர்ந்து கொண்டாள்.

ஜூடி 02

அலுவலகத்துக்கு அருகில் இருந்த ஒரு அபார்ட்மெண்ட்டில் நான் தனியாகத்தான் தங்கியிருந்தேன். அன்று நிறையக் குடிக்க வேண்டும் என்று தோன்றியது. ஆனால் எதைக் குடிப்பது என்று ஒரு நொடி கடையில் நின்று குழம்பியதால் கோபத்தில் எல்லாவற்றிலும் ஒன்று வாங்கி வந்திருந்தேன். இப்போது அறையில் விஸ்கி, வோட்கா, பிராந்தி என்று மூன்று ரகங்களில் பாட்டில்கள் ஸ்டாக் இருந்தன. அபார்ட்மெண்ட் உள்ளே இருந்த சூப்பர் மார்க்கெட்டில் முறுக்கு, மிக்சர், கடலை, சிப்ஸ் என்று போன் செய்தால் கொண்டு வந்து தந்து விடுவார்கள். வாங்கி வந்து வைத்துக் கொண்டு தெளியத் தெளிய குடித்துக் கொண்டிருந்தேன்.

குடிக்க சாப்பிட குடிக்க தூங்க குடிக்க என்று எவ்வளவு நேரம் அப்படிப் போனது என்று தெரியாது. கதவை யாரோ பலமாகத் தட்டுவது போலிருந்தது. தலை சுற்றலோடு போய்த் திறந்தேன். ஜூடி நின்று கொண்டிருந்தாள். சில நொடிகள் போதையின் காரணமாக கனவு காண்கிறேனோ என்று தோன்றியது. ஆனால் கூர்மையான அந்தக் கண்களும் அதில் தெரிந்த கத்தி போன்ற கேள்விகளும் அவள் நிஜமான ஜூடிதான் என்று உணர்த்தின. அவள் தோளில் என்னுடைய லேப்டாப் பை தொங்கியது என்பதை அந்த நிலைமையிலும் கண்டு கொண்டேன்.

“என்ன மேடம் வேணும்?” என்றேன் கதவின் நிலையில் தலை சாய்த்தபடி. ஸ்டைல் எல்லாம் இல்லை. தலை நிற்க மறுத்தது.

“பிரபு.. யூ இடியட்... ரெண்டு நாளா நீ ஆஃபீஸ் வரலை. லேப்டாப் அப்படியே உன் டேபிளில் கிடக்கு. போன்

பண்ணாலும் எடுக்கலை. எல்லோரும் கவலையா இருக்காங்க. இப்படி வெளியே பேச வேணாம். நான் உள்ளே வரலாமா?" என்றபடி எதிர் மற்றும் பக்கத்து ஃப்ளாட் கதவுகளைப் பார்த்தாள்.

ஒரு நொடி என் விட்டுக்குள் திரும்பிப் பார்த்தேன். பாட்டில்கள், கோப்பைகள், திண்பண்டங்கள் என்று அலங்கோலமாகக் கிடந்தது வீடு. ஆனால் போயும் போயும் இவளிடம் நல்ல பெயர் எடுக்க எனக்கு எந்த மயிர் தேவையும் இல்லை.

"நான் ஃபுல் போதைல இருக்கேன் ஜூடி. பரவால்லயா?"

"தள்ளு.. பெரிய குடிகாரன் மாதிரி சீன் போடாதே. நான் என்னோட ஹோட்டல் அனுபவத்தில் நிஜமான குடிகாரன்களையும் ரேப்பிஸ்ட்களையுமே பாத்திருக்கேன்" என்றபடி என்னை விலக்கிவிட்டு உள்ளே வந்தாள். பாட்டில்களைப் பார்த்து முகம் சுளித்தாள்.

"குடிக்கறதுதான்.. அதுக்காக இப்படியா.. பக்கி மாதிரி கிடைச்சது எல்லாத்தையும்?"

தரையில் இறைந்து கிடந்த பாதி சாப்பிட்ட பரோட்டா பொட்டலத்தில் எறும்புகள் ஏறத் தொடங்கியிருந்தன. நுனி விரல்களால் மடித்து எடுத்துச் சென்று குப்பைக் கூடையில் போட்டாள்.

"ஏய்... நீ... நீ ஏன் இதெல்லாம் செய்யறே? ஸ்டாப் இட் ஜூடி? உனக்கு இதுக்கெல்லாம் எந்த ரைட்ஸூம் இல்லை. இது இல்லீகல்" அந்தப் பொட்டலத்தை மீண்டும் குப்பைக் கூடையில் இருந்து எடுத்து பழைய இடத்தில் போட முயன்றேன். ஆனால் குனிந்து எடுக்க முடியாமல் தலை கிறுகிறுத்தது.

அவள் நான் சொன்னது எதையும் காதில் வாங்கிக் கொள்ளவே இல்லை. ஒரு கட்டத்துக்கு மேல் என்னால் அவளுக்கு ஈடு கொடுத்து ஓட முடியவில்லை. அவள் என்னதான் செய்கிறாளென்று உட்கார்ந்து வேடிக்கை பார்க்கத் தொடங்கிவிட்டேன். அந்த அறையை ஓரளவு சுத்தம் செய்த பிறகு சமையலறை சென்று கை கழுவினாள்.

“கிச்சன் என்னடா இவ்வளவு கண்றாவியா இருக்கு?”

“ம்ம்ம்.. அதைத்தான் நான் டாய்லெட்டா யூஸ் பண்றேன்”

வந்து என் எதிரில் அமர்ந்தாள். கையைக் கட்டிக்கொண்டு என்னை ஆழமாகப் பார்த்தாள்.

“உனக்கு இப்போ என்ன வேணும்?” என்றேன்.

“எனக்கு என்ன வேணும்னு அப்புறம் பேசலாம். உனக்கு என்ன வேணும்? அதை சொல்லு”

அமைதியாக இருந்தேன்.

“கண்டதையும் மிக்ஸ் பண்ணி குடிச்சிருக்கே...” என்றாள் ஜூடி பாட்டில்களை ஒவ்வொன்றாக எடுத்துப் பார்த்தபடி.

“உங்களுக்கு எதுவுமே தெரியாதுங்களா ஜூடி மேடம்?” என்றேன் நக்கலாக.

என்ன ஒரு அக்கறை. என் இந்த நிலைமைக்குக் காரணமே அவள்தான். இப்போது என் எதிரில் அமர்ந்து வேதம் ஓதுகிறாள். தனியாக என் வீட்டுக்கே வந்து என்னை சந்திக்கிறாள். போதையில் இருக்கும் ஒருவன் எதிரே அமர்ந்து டீல் செய்கிறாள். அந்த நேரத்தில் என் கோபம் கூட ஆச்சரியமாக மாறியது. அவள் துணிச்சலைக் கொஞ்சம் ரசிக்கக் கூடத் தோன்றியது.

“எனக்கு ப்ரமோஷன் கிடைச்சதுக்காக நீ ரிசைன் பண்ணி மெயில் போட்டிருக்கேன்னு மாதவன் சொன்னார். ஆனா அவர் அதை இன்னும் ஹெச் ஆருக்கு அனுப்பலை. நான் வேண்டாம்னு சொல்லிட்டு வந்திருக்கேன்”

“ஓஹோ.. இப்போ என் வேலை கூட உங்க தயவுலதான் ஓட்டிக்கிட்டு இருக்கு... இல்லையா? ரொம்ப தேங்க்ஸ் மேடம்... ரொம்ப தேங்க்ஸ்...”

கையெடுத்துக் கும்பிட்டேன்.

“புரியாம பேசாதே பிரபு...”

அவளைப் பேச விடாமல் இடை மறித்தேன்.

“ஒரு திருத்தம். உனக்கு ப்ரமோஷன் கிடைச்சதுக்காக ஒண்ணும் நான் போகலை. எனக்குக் கிடைக்க வேண்டியது கிடைக்கலைன்னுதான். நீதான் ஜெயிச்சுட்டேல்ல.. என்ஜாய் பண்ணு.. நான் போறேன் என்னை விட்டுடு”

அவள் என் கோபத்துக்கெல்லாம் கொஞ்சமும் அசையவில்லை. நிதானமாகப் பேசினாள். அது என் கோபத்தை இன்னும் கிளறியது.

“ப்ளீஸ் பிரபு... இப்போ நீ போனா என்னாலதான் நீ போனேன்னு எல்லோரும் பேசுவாங்க. எனக்கு அந்த மாதிரி ஒரு பேர் வரதுல உனக்கு என்ன லாபம்?”

“எனக்கு அதைப் பத்திக் கவலை இல்லை” என்றேன் பிடிவாதமாக. இப்போது அவள் கெஞ்சல் தொனி மாறியது.

“சரி... ஓபனா ஒண்ணு கேக்கட்டா? எனக்கு ரிப்போர்ட் பண்றதுல உனக்கு ஏதும் ஆம்பள ஈகோ அடி வாங்குதா?”

“இது ஒண்ணும் ஆம்பளை ஈகோ கிடையாது. உடனே அந்த ஃபெமினிசம் கார்டைத் தூக்கிட்டு வராதே”

“இது அது இல்லாம வேற என்ன” என்றாள் பொறுமையாக.

அதற்கு மேல் என்னால் அமைதியாக இருக்க முடியவில்லை.

“இந்த டீமை அஞ்சு வருசமா உருவாக்கி நடத்திட்டு இருந்தவன் நான். ஒவ்வொரு டெவலப்பரையும் வேலைக்கு எடுத்ததுல இருந்து ஒவ்வொரு டெக்னாலஜியிலும் ட்ரெயின் பண்ணி உருவாக்கி வெச்சது நான். நீ ஜாயின் பண்ணும்போது உனக்கு ஒரு மயிரும் தெரியாது. உனக்கு டெக்னாலஜில என்ன தெரியும்? வாழ்க்கைல ஒரு வரி கோடு அடிச்சிருக்கியா? டீபக் பண்ணியிருக்கியா? உனக்கும் கொஞ்சம் கொஞ்சமா எல்லாத்தையும் சொல்லிக் கொடுத்தது நான். ஆனா கடைசியில என்னை விட்டுட்டு உனக்கு ப்ரமோஷன் கொடுத்திருக்காங்க. இப்ப சொல்லு... உன்னை விட எந்த விதத்துல நான் குறைஞ்சு போயிட்டேன்? இட் ஈஸ் நாட் ஆல்வேஸ் அபவுட் யூ... ”

ஜூடி சில நொடிகள் நான் சொன்னதை உள்வாங்கிக் கொண்டாள். பிறகு கேட்டாள்.

“சரி.. உன்னோட அளவுக்கு இந்த வேலைக்கு எனக்குத் தகுதி இல்லைன்னு நீ உறுதியா நம்பறியா?”

“ஆமாம்”

“சரி... நீயே சொல்லு. அப்படி இருந்தும் என்னை எதுக்கு ப்ரமோட் பண்ணியிருக்காங்க? எதனாலன்னு நீ நினைக்கறே?”

“ஏன்னா.. ” நான் தடுமாறினேன். “ஏன்னா.. நீ...”

ஜூடியே முடித்து வைத்தாள். அவள் குரலில் வெப்பம்.

“ஏன்னா நான் ஒரு பொம்பளை. மாதவனையும் சிஇஓ வையும் என் சிவப்புத் தோலைக் காட்டி சிரிச்சு சிரிச்சு மயக்கிட்டேன். அதானே?”

நான் திகைத்துப் போய் அவளைப் பார்த்தேன். போதை சரேலென்று சில அடிகள் இறங்கியது போலிருந்தது.

“ச்ச... ஜூடி நான் அப்படியெல்லாம் சொல்லலை” என்றேன் சற்றுத் தணிந்து.

“நீ வாய் விட்டு சொல்லலை.. அவ்வளவுதான். ஆனா நீ மனசுல அதான் நினைச்சுட்டு இருக்கே பிரபு. இல்லைன்னு மட்டும் பொய் சொல்லாதே. டீம்ல சில பேர் என் காது பட சொல்லவே செஞ்சுட்டாங்க. கடந்த ஆறு மாசத்தோட ப்ராஜக்ட் டேட்டா மொத்தமா எடுத்துப் பாப்போமா?. யார் ப்ராஜக்ட்ல அதிகம் லாபம் வந்திருக்குன்னு? ஆனா அதெல்லாம் இங்கே யார் கண்ணுக்கும் தெரியாது. ஒரு ஆண் வேகமா வளர்ந்தா அவனோட திறமையைக் காரணமாக் காட்டுவாங்க. இதையே ஒரு பொண்ணு செஞ்சு காட்டிட்டா அதுவும் அவ அழகா வேற இருந்துட்டா அதுக்கப்புறம் திறமையைப் பத்தி யாரும் பேச மாட்டாங்க. இப்போ வேலையை விட்டுட்டுப் போனா சிம்பதி அலையில் நீ பெரிய தியாகி ஆகிடுவே. என்னை ஒரு வில்லியாக்கிடுவாங்க. அதானே உனக்கும் வேணும்?”

நான் பேசாமல் அமர்ந்திருந்தேன். அவள் பேசுவதை நிறுத்தியும் காதில் ஏதோ ரீங்காரம் கேட்டது. போதையா அல்லது அவள் குரலில் இருந்த ஆவேசம் இன்னும் காற்றில் அதிர்கிறதா என்று புரியவில்லை.

"நீ மத்தவங்க மாதிரி இல்லைன்னு உன் மேல ஒரு சின்ன மரியாதை வெச்சிருந்தேன். ஆனா உன்னோட ரெசிக்னேஷன் லெட்டர் பாத்ததும் எனக்கு அத்தனை ஆத்திரமா வந்துச்சு. இழுத்து வெச்சு மாறி மாறி அறையலாம் போல இருந்துச்சு. பக்கத்துல இருந்திருந்தா அதையும் செஞ்சிருப்பேன்"

"நான் அந்த மாதிரியெல்லாம் உன்னை நினைக்கலை ஜூடி. எனக்கு வரவேண்டியது வரலைங்கற கோபம்தான்" என்றேன் மறுபடி. இந்த முறை சற்று பலவீனமாக.

"ஷட் அப் இடியட்.. உனக்கு உருப்படியா பொய் சொல்லக் கூட தெரியலை" என்றபடி எழுந்தாள்.

"ஃப்ரூட் ஜூஸ் எதுவும் வெச்சிருக்கியா?" என்றாள்.

"ஆரஞ்சு ஜூஸ் இருக்கு. ஆனா ஃப்ரிட்ஜ் திறக்காதே. அழுக்கா இருக்கும்"

"உன்னை விடவா?"

எழுந்து சென்று ஃபிரிட்ஜைத் திறந்து ட்ராபிகோனாவை எடுத்து வந்தாள். ஒரு கோப்பையை எடுத்து முக்கால் பாகம் நிரப்பினாள். அதைத்தான் குடிக்கப் போகிறாள் என்று நினைத்தேன். மீதி கால் பாகத்தை எதிரில் இருந்த வோட்காவால் நிரப்பினாள். நான் லேசாகத் திறந்த வாயை மூடாமல் பார்த்துக் கொண்டிருந்தேன்.

"என்ன பாக்கறே? இப்ப எனக்குக் குடிக்கணும் போல இருக்கு"

வேண்டாமென்றால் மட்டும் கேட்கவா போகிறாள்? கையை அசைத்து ஆமோதித்தேன். முதல் கோப்பை. சர சரவென்று தீர்ந்தது.

"எனக்கும் இது எதுவும் சும்மா வரலை பிரபு. இந்த ஒரு வருஷத்தில நானும் உயிரைக் கொடுத்து உழைச்சிருக்கேன். ஒரு நாளில் சராசரியா பதினாறு மணி நேரம். ஆனாலும் ஒரு வகையில நானே இந்த ப்ரமோஷனை இவ்வளவு சீக்கிரம் எதிர்பார்க்கலை. சத்தியமா இது உனக்குத்தான் வரும்னு நினைச்சிருந்தேன். ஆனா எனக்கு வந்திருச்சு. இப்போ என்னை

என்ன செய்யச் சொல்றே? உனக்காக தியாகம் பண்ணிடட்டுமா? அப்போ உன் ஆம்பளை ஈகோ குத்தாதா? நான் உனக்கு பிச்சை போடற மாதிரி தோணலையா உனக்கு?"

ஒரு காலை மடக்கி சோபாவின் மேல் வைத்துக்கொண்டு அதன் மீது அமர்ந்து கொண்டாள். கையை நன்றாக விரித்து சாய்ந்து கொண்டாள்.

இரண்டாவது கோப்பை.

"உனக்கு என்ன அப்படி புடுங்கித்தனமா ஒரு திமிர்? என்னை விட பத்து வயசு சின்னவன்தானே நீ. சாஃப்ட்வேர் கோடிங் தெரிஞ்சுட்டா உனக்கு எல்லாம் தெரிஞ்சுடுமா? உன்கிட்டே ஏதோ ஒரு பிரச்னை இருக்கப் போய்தானே உன்னைத் தாண்டி என்கிட்டே இந்த போஸ்ட் வந்திருக்கு. அது என்னன்னு நீ யோசிச்சுப் பாத்தியா?"

"அப்படி என்ன பிரச்னை என்கிட்டே?"

அருகே இருந்த ப்ளாஸ்டிக் சேரை சர்ரென்று இழுத்து காலை அதன் மீது நீட்டி வைத்துக் கொண்டாள்.

மூன்றாவது கோப்பை.

"அப்படிக் கேளு. இதான்டா பிரச்னை. இந்தக் கேள்வி ஒண்ணு கேட்டியே என் ராசா... இதான்டா.. உன்கிட்டே என்ன கோளாறுன்னே உனக்குத் தெரியலை. தெரிஞ்சாதானே சரி செய்ய முடியும் நீ? ப்ரமோஷன் வரலைன்னதும் கோழை மாதிரி மூட்டையைக் கட்டிட்டுக் கிளம்பறே... இது உன்னோடதுன்னு அத்தனை உறுதியாத் தோணுச்சுன்னா அது எதனால உனக்கு வரலைன்னு மாதவன்கிட்டயோ இல்லை சிஇஓ கிட்டயோ பேசணும் நின்னு சண்டை போடணும்னு தோணுச்சா உனக்கு? அந்த மாதவன் உனக்கு ரொம்ப நாள் ஃப்ரண்டு தானே?"

"அந்த ஆளைப் பத்தி மட்டும் பேசாதே...சிரிச்சுக்கிட்டே எனக்கு வெச்சான் பாரு ஆப்பு... ஏன் எனக்கு நியாயமா வர கோபம் கூட வரக்கூடாதா?"

"மயிரு கோபம்... கோபம் ஒரு வெப்பன் பிரபு. பெரிய

எனர்ஜி. அதை தேவையான நேரத்துல தேவையான இடத்துல தேவையான அளவு மட்டும்தான் பயன்படுத்தணும். சரி மேலே சொல்லு.. என்னிக்காவது உன் டீம் மேட்ஸ் கிட்டே வேலையைத் தவிர ஏதாவது பேசியிருப்பியா நீ?"

யோசித்துப் பார்த்தேன். இல்லைதான். ஒன்றாக குடிக்கப் போனாலும் அங்கும் வேலை சார்ந்த கிசுகிசுக்கள்தான். இதையெல்லாமா கவனித்திருக்கிறாள்?

"அவ்வளவு வேணாம். நான் வேலைக்கு சேர்ந்து இப்போ ஒரு வருசத்துக்கும் மேல ஆகுது. என்னைப் பத்தி உனக்கு என்ன தெரியும். சொல்லு"

"என்ன இன்டர்வ்யூ வெக்கறியா?"

"டேய் சொல்லுடா மொதல்ல" என்றாள். இது நான்காவது கோப்பை. மதுவும் மரியாதையும் எதிர்விகிதத் தொடர்புடையவை என்று குறித்துக் கொண்டேன்.

அவள் பெயரையும் வயதையும் கல்வித் தகுதியையும் அவள் கான்டிவலியிலிருந்து வருகிறாள் என்பதையும் தாண்டி எதுவும் எனக்குத் தெரியவில்லை. அவள் ஒரு டிவோர்ஸி. மறுமணம் செய்து கொள்ளவில்லை. பதின் வயதில் ஒரு மகள் என்று தெரியும். அவள் பெயர் அனிலா. அவள் புகைப்படம் ஜூடியின் மேசையில் இருக்கும். வளர்ந்தால் அப்படியே ஜூடி போல இருப்பாள் என்று நினைத்துக் கொள்வேன். அதைத் தாண்டி எவ்வளவு யோசித்தாலும் எதுவும் சொல்ல முடியவில்லை.

"அப்ப என்னோட ரெஸ்யூம்ல இருந்ததைத் தாண்டி எதுவுமே உனக்குத் தெரியாது. சரியா?"

அவள் எழுந்து குறுக்கும் நெடுக்கும் நடக்கத் தொடங்கினாள்.

"நான் உன்னைப் பத்தி சொல்லவா? உன் பேரு பிரபு. வயசு இந்த ஜூன் வந்தா இருபத்தெட்டு. ஊர் மஞ்சநாயக்கன்பட்டி. அப்பா வியாபாரி. அம்மா ஹவுஸ் வைப். படிச்சது எஞ்சினியரிங். ஒரே பையன். கொஞ்சம் அம்மா கோண்டு. அப்பா மேல பயம். பாம்பேல ஒரு கசின் இருக்காங்க. பேரு புனிதா. அவளுக்குக் கல்யாணம் ஆகி ரெண்டு பசங்க. ஒருத்தன் ஏழாவது. இன்னொருத்தன் மூணாவது. அதுல ஒருத்தன் பேரு

ராகவ். மாசத்துல ஒரு நாள் அவங்க வீட்டுக்குப் போய்ட்டு வருவ. சினிமா பாக்கப் புடிக்கும். பெரும்பாலும் ஹாலிவுட். காலேஜ் டைம்ல ஒரு லவ் ஃபெயிலியர். ரொம்ப திறமையான ப்ரோக்ராமர். சின்சியரான ஒர்க்கர். டிரெஸ்சிங் சென்ஸ் ஜீரோ. சோசியலைஸ் பண்ணத் தெரியாது. கார் கூட ஓட்டத் தெரியாது. நெருக்கமான ஃப்ரண்ட்ஸை விரல் விட்டு எண்ணிடலாம். வீட்டுல ரொம்ப காலமா பொண்ணு பாத்துட்டு இருக்காங்க. ஜாதகத்துல ஏதோ தோஷம். ஷில்பா ஷெட்டியோட ஃபேன். இது போதுமா?"

ஜூடி என்னைப் பார்த்து புருவம் உயர்த்தினாள். என் பிளந்த வாயை மூட வேண்டும் என்று கூட எனக்குத் தோன்றவில்லை. எனக்கே என்னைப் பற்றி இவ்வளவு கோர்வையாக சொல்ல வராது.

"என்ன பாக்கறே.. சோஷியல் மீடியா.. உன்னோட ப்ரண்ட்ஸ், கூட வேலை செய்யறவங்க இங்க விசாரிச்சதுதான். சில விஷயங்கள் நீயே பேச்சு வாக்குல சொன்னது. சக மனுசங்க மேல அக்கறை இருந்தா யாரைப் பத்தி எவ்வளவு வேணா சில நிமிஷங்களில் தெரிஞ்சுக்க முடியும். ஞாபகம் வெச்சுக்க முடியும். மனுசங்களைப் புரிஞ்சுக்காம அவங்களை மேனேஜ் பண்ண முடியாது. இந்த வேலைக்கு அது ரொம்ப முக்கியம் பிரபு. உனக்கு ஏதாவது வேணும்னு நீ ஆசைப்பட்டா அதைப் பத்தி மொதல்ல முழுசா தெரிஞ்சுக்கணும். உனக்கு உன்னைப் பத்தியும் தெரியலை. இந்த வேலை பத்தியும் தெரியலை. ஆனா இது எல்லாத்தையும் என்னால உனக்கு சொல்லித் தர முடியும்"

இப்போது அவளும் குடித்திருந்ததாலா என்று தெரியவில்லை, அவள் மீது ஒரு சிறிய மரியாதை வந்திருந்தது. அது ஏற்கனவே இருந்ததுதான் என்றாலும் என் கோபம் அதை மறைத்திருந்தது. இப்போது கோபமும் கொஞ்சம் வடிந்திருந்தது.

"சரி நானே என்னைப் பத்தியும் சொல்லிடறேன்... தமிழ் குடும்பம்னாலும் பொறந்தது வளந்தது எல்லாம் மும்பைதான். இருபத்து நாலு வயசுல வீட்டுல சொன்னபடி கல்யாணம் பண்ணிக்கிட்டேன். அவன் ஒரு பாஸ்டர்ட். வெளியே சொல்ல

முடியாத கொடுமை. என் வீட்டுல கூட எனக்கு சப்போர்ட் இல்லை. பொறுத்துப் போடின்னுதான் அட்வைஸ் பண்ணுனாங்க. முப்பதாவது வயசுல அவனை விட்டு வந்துட்டேன். ஆறு வயசு பெண் குழந்தையோட. எனக்காக இல்லை. அவளுக்காக. உனக்குப் புரியும்னு நினைக்கிறேன். அனிலாவுக்கும் நான் ஏன் அவ அப்பாவை விட்டு வந்தேன்னு விவரம் புரியலை. அதை இன்னிக்கு வரைக்கும் அவ மன்னிக்கலை. ஆனா என்னை அவ எத்தனை வெறுத்தாலும் அவளோட சந்தோஷம் என்னோட பொறுப்புன்னு தோணுச்சு. வெறித்தனமா உழைக்க ஆரம்பிச்சேன். ஹோட்டல் மேனேஜ்மென்ட்ல வேலை செய்யறது அத்தனை சாதாரணமில்லை. கண்டவனெல்லாம் திட்டுவான். உரசுவான். பதிலுக்கு செருப்பால அடிச்சா வேலை போயிடும். மேனேஜர்கிட்டே போனா கஸ்டமர்தான் கடவுள்னு சொல்லுவான். இதையெல்லாம் தாண்டிதான் அங்கே நான் ஷைன் பண்ணினேன். நீ சாப்ட்வேர் படிச்சப்போ நான் ஒண்ணும் சும்மா இல்லை. மனுசங்களைப் படிச்சேன். நான் என் வாழ்க்கைல பாத்த கொடுமைல பாதி கூட நீ பாத்திருக்க மாட்டே.. சுண்டைக்காப் பய... எனக்கு கீழே வேலை பண்றதுக்கு உனக்கு ஈகோ தடுக்குது. ஏன்னா நான் பொம்பளை... இல்ல?"

பேசியபடியே ஐந்தாவது க்ளாஸை எடுக்கப் போனவளைத் தடுத்து பிடுங்கி வைத்தேன். அவளிடமிருந்து பாட்டிலையும் தள்ளி வைத்தேன். இனிமேல் குடித்தால் கெட்ட வார்த்தை பேசுவாள் போலத் தோன்றியது. அவளும் அதற்குமேல் குடிக்க முயற்சி செய்யவில்லை.

"உனக்கு ஒரு விஷயம் தெரியுமா? நான் வேலை செஞ்ச எல்லா இடத்துலயுமே என்னோட சம்பளம் எனக்கு சமமான பொசிஷன்ல இருக்கற ஆம்பளைங்க சம்பளத்தை விடக் குறைவாதான் இருக்கும். என்னோட வேலை எல்லா வகையிலும் அவங்களை விட பெட்டரா இருந்தாலுமே. இன்னொரு ரகசியமும் உனக்கு நான் சொல்றேன். நான் இப்போ உனக்கு மேனேஜர். ஆனாலும் உன்னோட சம்பளம் என்னை விட ரெண்டு மடங்குன்னு உனக்குத் தெரியுமா?

அப்போ நியாயமா நான்தானே மாதவன் மேல கோபிச்சுட்டு வேலையை விட்டுப் போகணும்? ஆனா இங்கே எனக்கு அது கொஞ்சம் கூட உறுத்தலை. ஏன்னா இப்போ நாங்க பயன்படுத்துற கோட் லைப்ரரி எல்லாமே நீ உருவாக்கினது. நீ மூளைக்காரன். அந்த சம்பளத்துக்குத் தகுதியானவன். அந்த வகையில் இன்னும் உன்கிட்டே நான் கத்துக்க வேண்டியது நிறைய இருக்குன்னு நான் நினைக்கிறேன். ஆனா என்கிட்டே உனக்கு கத்துக்கறதுக்கு எதுவுமே இல்லைன்னு நீ நினைக்கறியா பிரபு?"

அவள் கேள்வியில் ஒரு வேதனை தொக்கி நின்றது. என் சம்பளம் அவளை விட அதிகம் என்ற செய்தி திடீரென்று அல்ப ஆறுதலாக இருந்தது. என்னடா ஜென்மம் நீ என்று என்னை நானே மனதுக்குள் திட்டிக் கொண்டேன்.

"போதும் ஜூடி. இதுக்கு மேல இங்கே பேச வேணாம். நாளைக்கு ஆபீஸ் வரேன். அப்போ பேசிக்கலாம்" என்றேன்.

"நான் முழுசா பேசிட்டுத்தான் போவேன்" என்று எழுந்தாள். தடுமாறி மீண்டும் சோஃபாவில் சாய்ந்தாள். பிடிக்கப் போனவனைத் தடுத்தாள்.

"விடுடா... விழறேன்... இதுக்கு முன்னாடி நான் விழுந்தப்போ எல்லாம் நீ இருந்தியா? பல முறை விழுந்திருக்கேன். நான்தானே தனியா ஒவ்வொரு தடவையும் எழுந்திருச்சேன்? ஆனா அதுக்கு நான் கொடுத்த விலை என்ன தெரியுமா பிரபு?"

ஆவேசமாக தன் கைப்பைக்குள் தேடி ஒரு கிழிந்த கசங்கிய காகிதத்தை எடுத்து டீபாயில் போட்டாள். அதை அவள் பல முறை எடுத்துப் பார்த்திருக்கிறாள் என்று தெரிந்தது.

"இது அனிலாவோட டைரில எழுதியிருந்தது"

எடுத்துப் பிரித்தேன். ஏதோ முதலில் எழுதி அதன் மீது பால்பாயிண்ட் பேனாவால் கிறுக்கி எழுத்துகளை மறைக்க முயற்சி செய்திருந்தாலும் தெளிவாகவே படிக்க முடிந்தது.

"ஐ ஹேட் மை மாம்"

குண்டு குண்டான அந்த எழுத்துகளை வெறித்துப் பார்த்தபடி நின்றேன். எனக்கு என்ன சொல்வதென்று புரியவில்லை.

"பதினாலு வயசு.. ஆனா என்னால அவ எதிர்பார்க்கறப்போ கூட இருக்க முடியலை. விளையாட முடியலை. ஏன்னா உங்க கூட இந்த கார்ப்பரேட் கேம் விளையாடிட்டு இருக்கேன். இங்கே நான் ஜெயிச்சுட்டு வரேன் பிரபு. ஆனா எங்கே ஜெயிக்கணுமோ அங்கே நான் தோத்துட்டு இருக்கேன்"

அப்படியே சோஃபாவில் சாய்ந்து ஒரு குழந்தை போல் ஒருக்களித்துப் படுத்து குலுங்கி அழத் தொடங்கினாள். நான் பதறிவிட்டேன். என் கோபமெல்லாம் போன இடம் தெரியவில்லை. இதற்கு அவள் என்னைத் திட்டிக் கொண்டே இருந்திருக்கலாம் என்று தோன்றியது.

பெண்கள் அழுவது போலியோ உண்மையோ அதை ஆண்களால் பார்த்துக் கொண்டிருக்க முடியாது. அது ஒரு ஆதி மரபியல் குறைபாடாக இருக்கலாம். ஆனால் ஜூடி உண்மையாகவே அழுது கொண்டிருந்தாள். வீழ்த்த முடியாத எதிரியாக நான் நினைத்தவள் என் எதிரே மொத்தமாக உடைந்து கிடந்தாள். அந்தக் காட்சி எனக்குள் இனம் புரியாத ஒரு வேதனையை உருவாக்கியது. நான் மொத்தமாக இளகிப் போயிருந்தேன்.

"ஜூடி.. ப்ளீஸ்.. கன்ட்ரோல் யுவர் செல்ஃப். இந்த அழுகையெல்லாம் உனக்கு செட் ஆகலை. எழுந்து ரிஃப்ரெஷ் பண்ணிட்டு வா. நான் டாக்சி புடிச்சு உன்னை வீட்டுல விட்டுட்டு வரேன்"

"டாக்சியா.. என் கார் கீழே நிக்குது"

"எனக்குதான் கார் ஓட்டத் தெரியாதுல்ல?"

குபீரென்று சிரித்து விட்டாள்.

"அதுக்குள்ள இத்தனை வீம்பு? அப்ப என் காரை என்ன செய்ய?"

"நான் ராத்திரிக்கு வறுத்து திங்கறேன்... நாளைக்கு வந்து எடுத்துக்கோ.. சிரிச்சது போதும். எழுந்து வா போலாம்"

"நான் வரமாட்டேன்.. நீ நாளைக்கு ஆஃபீஸ் வரேன்னு சொல்லு.."

“அதான் அப்பவே சொல்லிட்டேனே?”

“ஏன் இப்ப மறுபடி சொல்ல மாட்டியா?”

“வரேன்.. புண்ணியமா போகும் நீ எழுந்திரு..”

டாக்சியில் போகும் போது இன்னும் நிறைய பேசினாள். அனிலாவைப் பற்றித்தான் பெரும்பாலான பேச்சு இருந்தது. அவள் தன் மகளை அத்தனை நேசித்தாள் என்று புரிந்தது. அவளுக்காகத்தான் இத்தனை உழைப்பும். அந்த உழைப்பே அவளை அனிலாவிடமிருந்து பிரித்துக் கொண்டிருந்தது என்றும் என்னால் புரிந்து கொள்ள முடிந்தது.

“அவளோட பர்த்டேவை கொண்டாடி மூணு வருசம் ஆச்சு. ஒவ்வொரு வருசமும் அன்னிக்குன்னு பாத்து ஏதாவது வந்து தொலையும். இதனால அவளோட ஃப்ரண்ட்ஸ் யார் பர்த்டே பார்ட்டிக்கும் அவ போறது இல்லை”

“அவளுக்கு என்னைப் பிடிக்கும் பிரபு. ஆனா அதை சொல்ல நான்தான் நேரம் கொடுக்கறதில்லை”

“ஆனா அனிலா மட்டும் இல்லைன்னா எப்பவோ செத்துப் போயிருப்பேன்”

ஜூடியின் அபார்ட்மென்டில் அவள் வீட்டைக் கண்டுபிடித்து காலிங் பெல் அடித்தபோது அனிலாதான் திறந்தாள். என்னை ஒரு விரோதி போல் பார்த்தாள். ஜூடி எதுவும் பேசாமல் விடைபெற்று உள்ளே சென்றுவிட்டாள். அந்த சூழலில் ஒரு அனல் தெரிந்தது. என் அளவில் அதில் நீரூற்ற முயன்றேன்.

“அனிலா.. அம்மாவுக்கு கொஞ்சம் உடம்பு சரியில்லை”

“குடிச்சிருக்கா... அதானே... ஐ அம் நாட் எ சைல்ட்”

தாயைப் போல மகள். முதுகில் அரிவாளோடு திரிகிறார்கள். வாயைத் திறந்தால் வெட்டுதான்.

மறுபடி ஒரு அமைதி. தயக்கமாக நின்றேன்.

“நீ சாப்பிட்...”

கேட்டுக் கொண்டிருக்கும்போதே அனிலா கதவை அறைந்து சாத்தினாள்.

"...டாயா அனிலா?"

அன்று உலகமே என்னை அவமானப்படுத்த முடிவு செய்திருந்தது போலத் தோன்றியது. எனக்கு அது தேவைதான் என்றும் இருந்தது. மூடிய கதவின் முன் சில நொடிகள் நின்றுவிட்டுக் கிளம்பினேன்.

ஜூடி 02

அடுத்த நாள் அலுவலகத்தில் நுழைந்தவனைப் பல கண்கள் தொடர்வதை உணர முடிந்தது. வந்ததும் வராததுமாக மாதவன் அதற்காகவே காத்திருந்தது போல் என்னை அவர் கேபினுக்குள் அழைத்துப் பேசினார். அவர் முகத்தில் நான் என்ன செய்து தொலைப்பேனோ என்ற கவலை தெரிந்தது.

“பிரபு.. உன்னோட கான்ட்ரிப்யூஷனை நான் எப்பவும் மறுக்கலை. ஆனா ஜூடி இந்த வேலைக்குப் பொருத்தமா இருப்பான்னு மேனேஜ்மென்ட் முடிவு பண்ணிடுச்சு. இங்க பார் உன்னை நான் கட்டாயப்படுத்தலை. அவளும் நீ டீம்ல இருந்தாதான் இந்த பொசிஷனை ஏத்துக்கறதா சொல்றா. ரெண்டு பேரும் பேசி ஒரு முடிவுக்கு வாங்க. அது என்னவா இருந்தாலும் நான் ஒத்துக்கறேன். அடுத்த ஆறு மாசத்துல ஆன்சைட் பொசிஷன் ஒண்ணு ஓபன் ஆகுது. அதுக்கு நீதான் போகப் போறே... ஏன்னா அது டெக்னிகல் பொசிஷன். அதையும் ஞாபகம் வெச்சுக்கோ”

மேனெஜ்மென்ட் முடிவு என்பதெல்லாம் காதில் பூ. இது மாதவனின் முடிவுதான். ஆனாலும் என்னை ஜூடி சமாதானப்படுத்தியிருந்தாள். தவிர அந்த ஆன்சைட் எனப்படும் அமெரிக்க வாழ்க்கையும் கொஞ்சம் கவர்ச்சிகரமாக கண் முன்னால் தொங்கி ஆடிக் கொண்டிருந்தது. எனக்கு மிகவும் பொருத்தமான ஒன்று. ஆனால் அவற்றையெல்லாம் தாண்டி நேற்று ஜூடி என்னை வென்றுவிட்டிருந்தாள்.

“இல்ல சார். என்னால இப்போ ஒரு பிரச்சனை வேணாம். நான் ஜூடிக்கு ரிப்போர்ட் பண்றேன். ஐ அம் கூல்” என்றேன். நேற்று நடந்தது எதுவும் தெரியாத மாதவன் புருவம் உயர்த்தினார். இது இத்தனை எளிதில் தீர்ந்து போகும் என்று

அவர் எதிர்பார்த்திருக்கவில்லை. அவரிடம் முகம் கொள்ளாத சிரிப்பு. அவரால் அந்த நிம்மதிப் பெருமூச்சை அடக்க முடியவில்லை.

"மை காட்... தென்.. இட் ஈஸ் செட்டில்ட்... நான் நிம்மதியா சிங்கப்பூர் கிளம்பலாம் இல்லையா.. யூ கைஸ் வில் ஹோல்ட் த ஃபோர்ட் ஹியர்"

மாதவன் தலைமை அலுவலகத்தில் டைரக்டராக பதவி உயர்வு பெற்றுப் போகிறார் என்பதை அதன் பிறகுதான் சொன்னார். கை குலுக்கி வாழ்த்தினேன்.

ஜூடி சற்றுத் தாமதமாக வந்தாள். நேற்று நடந்த சம்பவங்களின் எந்த அடையாளமும் அவளிடம் இல்லை. நான் என் இடத்தில் அமர்ந்து வேலை செய்வதைப் பார்த்து மலர்ந்து புன்னகைத்தாள். அவள் இடத்துக்குப் போகாமல் நேராக வந்தாள். தாழ்ந்த குரலில் பேசினாள்.

"பிரபு.. நான் நேத்து தப்பா ஏதாவது பேசிட்டேனா? நிறைய ஞாபகமில்லை" என்றாள்.

"நீ எல்லாமே சரியாதான் பேசுனே... கங்க்ராஜுலேஷன்ஸ் பாஸ்" என்று என் கையை நீட்டினேன்.

"அதுக்குன்னு இதெல்லாம் ஓவர்.. ஜஸ்ட் கால் மீ ஜூடி" என்றபடி என் கையைப் பற்றிய கரங்களில் அதே உறுதி.

"ஜோக்ஸ் அபார்ட்.. எனக்கு ட்ரெயினிங் கொடுத்துட்டு இப்போ எனக்குக் கீழே வேலை செய்யறதுக்காக நீ நிறைய கிண்டல் கேலியை சந்திக்க வேண்டி வரும். ஆனா உன் மேல என்னோட மரியாதை அப்படியேதான் இருக்குன்னு மட்டும் நீ ஞாபகம் வெச்சுக்கோ"

பின் தொடர்ந்த சில மாதங்களில் என்னிடமிருந்து ஜூடியும் ஜூடியிடமிருந்து நானும் நிறையவே கற்றுக் கொண்டோம். நான் இன்னும் கொஞ்சம் மனிதர்களை உற்று நோக்கத் தொடங்கினேன். குறிப்பாக ஜூடியை. யாரிடம் எந்த நேரத்தில் நட்பாக நடந்து கொள்வது எந்த நேரத்தில் கடுமையாக நடந்து கொள்வது என்று அவளுக்குத் தெரிந்திருந்தது. ஒரு வேளை அந்த மேனேஜர் பதவியை வீம்புக்காக நான் வாங்கியிருந்தால்

நிச்சயம் மண்டை காய்ந்திருக்கும் என்று இரண்டு வாரங்களிலேயே புரிந்து கொண்டேன். ஜூடி என்னைப் பெரிய ஆபத்திலிருந்து காப்பாற்றியிருக்கிறாள். எங்கள் இருவர் கூட்டணி மாபெரும் பலம் வாய்ந்ததாக இருந்தது. என்னுடைய டெக்னிகல் அறிவும் அவளுடைய நிர்வாக அனுபவமும் ஒன்று சேர்ந்து மில்லியன்களில் டாலர்களைக் கொண்டு வந்து கொட்டத் தொடங்கின.

ஒரு நாளில் பத்து மணி நேரம் ஒன்றாகவே செலவளிக்க நேர்ந்ததால் எங்களுக்குள் ஒரு நெருக்கம் ஏற்பட்டிருந்தது. அவள் என்ன நினைக்கிறாள் என்று நானும் நான் என்ன சொல்லப் போகிறேன் என்பதை அவளும் சொற்கள் இல்லாமலே புரிந்து கொள்ளத் தொடங்கினோம். எனக்கு வேலைக்குச் செல்வது அத்தனை பிடிக்கத் தொடங்கியது. வார இறுதி நாட்கள் அத்தனை உவப்பானவையாக இல்லாமல் போயின. அவள் விடுப்பு எடுத்துக் கொண்ட நாட்களில் அலுவலகம் களையிழந்து கிடப்பது போல் உணரத் தொடங்கினேன்.

“உன் காரை நீ எப்போ எடுத்துக்கப் போறே?”

“அதை நீயா கொண்டு வந்து என் வீட்ல விடற வரைக்கும் நான் எடுத்துக்கப் போறதில்லை. இந்தா சாவியைப் பிடி”

தன்னுடைய காரை எனக்குத் தந்து அவ்வப்போது வந்து ஓட்டவும் சொல்லித் தந்தாள். வீட்டிலிருந்து அலுவலகம் பக்கம் என்பதால் சுலபமாக எடுத்து வந்து விடுவேன். அது போல வாகனங்கள் அதிகம் இல்லாத சாலை அது. ஆனால் என்னால் போக்குவரத்தில் மட்டும் ஓட்டவே முடியவில்லை. உள்ளங்கை வியர்த்து முதல் கியரில் வண்டி குதித்துக் குதித்து நின்று விடும். ஒரு நூறு முறையாவது நடு சாலையில் இது நடந்து ஜூடியிடம் மானம் கெடத் திட்டு வாங்கியிருக்கிறேன். சில நேரங்களில் முதுகில் அடியும்.

என் அபார்ட்மென்டிலிருந்து மெயின் ரோடுக்கு வரவே எனக்கு தைரியம் இல்லை. பதினைந்து கிலோமீட்டருக்கு அப்பால் நூறு சிக்னல்கள் தாண்டி இருக்கும் அவள் வீட்டுக்கெல்லாம் காரில் போக வாய்ப்பே இல்லை. அந்தக்

கார் கிட்டத்தட்ட என் காராகவே மாறிப் போனது. ஜூடி அதையெல்லாம் பொருட்படுத்தவே இல்லை.

"பிடிவாதம் பிடிக்காதே ஜூடி. நீ எப்படி ஆபீஸ் வந்து போவே?"

"நான் டாக்சில போறேன்... நீ பணம் மட்டும் கொடுத்துடு"

"அடிப்பாவி"

"காருக்கு வாடகை தரதா நினைச்சுக்கோ. ஆறு லட்ச ரூபா காரை சும்மா யார் உனக்கு கார் தருவாங்க? கஞ்சப் பயல் இதுக்காகவாவது நீ சீக்கிரம் ஓட்டிப் பழகிக்குவேல்ல?"

எங்கள் இருவரின் நெருக்கத்தைப் பார்த்து அலுவலகத்தில் கிசுகிசுக்கள் பரவிக் கொண்டிருந்தன. அதுதானே உலக வழக்கமும் கூட. ஒரு நாள் பாரில் நண்பர்களுடன் கூட்டமாகச் சென்று குடித்துக் கொண்டிருந்தபோது ஜமால் என்னிடம் கேட்டே விட்டான்.

"என்ன பிரபு... தோள்ல தட்டிக்கறீங்க, அணைச்சுக்கறீங்க. கொஞ்சிக்கறீங்க. ப்ரபோஸ் பண்ணிட்டியா? இல்ல எல்லாமே பண்ணிட்டியா?"

"இடியட்.. அவனை விட ஜூடிக்கு வயசு அதிகம்டா" என்றான் அவன் அருகிலிருந்த ரிஷி.

"அப்ப அனுபவசாலி வேற. அதுலயும் ஒரு கிக் இருக்குது இல்ல? ஒரு நாலெட்ஜ் ஷேரிங் இருக்கும்..."

நான் கோபமாக ஜமாலை அடிக்கப் பாய்ந்ததும் என்னை அனைவரும் இழுத்துப் பிடித்துக் கொண்டனர். ஆனால் அந்த அமளியில் ஜமாலையும் பிடிக்க வேண்டும் என்று எந்தக் கடன்காரனுக்கும் தோன்றவில்லை. நிதானமாக எழுந்து வந்து எச்சில் கையால் அவன் விட்ட குத்தில் எனக்கு மேல் உதடு கிழிந்து நான்கு தையல்கள் போடவேண்டி வந்தது. விஷயம் அலுவலக ஹெச்ஆர் வரை சென்றது. ஜமாலின் சீட்டு கிழிந்து அவன் வேலையை விட்டுச் செல்ல வேண்டி வந்தது. ஜூடிக்கு நடந்தது தெரிந்து தலையில் அடித்துக் கொண்டாள்.

"பெரிய ஹீரோ... வாய் கிழிஞ்சதுதான் மிச்சம். இதுக்கெல்லாம்

ஆமாம்னு சொல்லிட்டுப் போயேன் பிரபு. நீ வெச்சிட்டிருக்கேன்னு சொல்ற அளவுக்குக் கூட நான் அழகா இல்லையா என்ன?"

"ஜூடி... அவன் உன்னைப் பத்தி தப்பா பேசினான்"

"இந்த மானம் மரியாதையை எல்லாம் இத்தனை சீரியஸா எடுத்துக்கிட்டு காப்பாத்த முயற்சி பண்ணக்கூடாது. அப்புறம் இப்படித்தான் மூஞ்சில மார்க் வாங்க வேண்டி வரும். என் காதுல விழற எல்லாத்துக்கும் நான் ரியாக்ட் பண்ணிட்டு இருந்திருந்தா இந்நேரம் நான் கொலைக் கேஸ்ல ஜெயில்ல இருக்கணும் இல்லாட்டி செத்திருக்கணும்"

அதன் பிறகும் எங்களைச் சுற்றி ஏச்சும் பேச்சும் கிண்டல்களும் தொடர்ந்தாலும் அவளை எதுவும் தடுத்து நிறுத்த முடியவில்லை. ஒரு சுனாமி போல எல்லாவற்றையும் அடித்துத் தள்ளி முன்னேறிக் கொண்டிருந்தாள். அடுத்த ஆறு மாதங்களில் இன்னும் பல பிராஜக்ட்களை எடுத்துத் தந்தாள். மூச்சுவிடக் கூட நேரமில்லாமல் பறந்து கொண்டிருந்தாள். வாடிக்கையாளர்களின் பாராட்டுகள் குவிந்தன.

மும்பை கிளையின் வருமானம் நான்கு மடங்கு உயர்ந்தது. அவள் சம்பளமும் என்னை விட உயர்ந்தது. இந்த முறை அதை நினைத்து நான் வருந்தவில்லை. அவளுக்கு எதுவும் போதுமானதாக இல்லை. வெற்றிகளை நின்று கூடக் கொண்டாடாமல் ஏன் இப்படி பேய்த்தனமாக ஓடுகிறாள் என்று எனக்குப் புரியவில்லை.

"ஜூடி... எதுக்கு இவ்வளவு கஷ்டப்படறே நீ?"

"அனிலாவை நான் நினைக்கற காலேஜ்ல சேர்த்து படிக்க வெக்கணும். அதுக்கு நிறைய பணம் வேணும். அவளுக்கு எல்லா வசதியும் கிடைக்கணும் பிரபு. அப்பா கூட இருந்திருந்தா இன்னும் நல்ல வாழ்க்கை கிடைச்சிருக்கும்னு அவ ஒரு நொடி கூட ஃபீல் பண்ணிடக் கூடாது"

"சரி... அப்பா இல்லைன்னு ஆயிடுச்சு. அப்படி அவ பீல் பண்ணக்கூடாதுன்னு நீயும் இப்படி நிக்காம ஓடிட்டு இருந்தா அவ மனசுல தனக்கு யாருமே இல்லைன்னு தோணாதா?"

நான் இப்படிக் கேட்டதும் அவள் முகம் சுருங்கியது.

“சாரி ஜூடி... அன்னிக்கு அனிலா எழுதியிருந்ததைப் படிச்சுட்டு நீ அழுதப்போ உண்மையில் நீ ஒரு சூப்பர் வுமன் எல்லாம் இல்லைன்னு புரிஞ்சுது. உனக்குள்ளே ஒரு அம்மா இருக்கா... அவளை நீ அனிலாவுக்குக் காட்டினாலே போதும். அவ சந்தோஷமா இருப்பான்னு எனக்குத் தோணுது. இப்போ அவகிட்டே நிறைய கோபம் இருக்கு. உன்னோட அட்டென்ஷன் மட்டுமே அதைத் தணிக்க முடியும்”

“பார்ரா... இப்படியெல்லாம் பேச எங்கே கத்துக்கிட்டே நீ? அவளுக்கு டீன் ஏஜ் பிரபு...இப்ப நாம எது சொன்னாலும் பிடிக்காது. நான் அவளுக்காகத்தான் எல்லாம் செய்யறேன்னு இப்போ அவளுக்குப் புரியலை. வளர வளர புரிஞ்சுக்குவா. என்ன இருந்தாலும் என் பொண்ணுடா அவ”

எப்போதும் நம்பிக்கையாகப் பேசும் அவள் குரலில் அன்று இருந்த ஏக்கமும் தளர்ச்சியும் என்னை என்னவோ செய்தது. அதனால் கூட அந்த விஷயத்தை மேலும் பேசி வளர்க்காமல் விட்டுவிட்டேன்.

அன்று அனிலாவுக்குப் பிறந்த நாள். இந்த முறை ஜூடி வீட்டில் ஒரு பார்ட்டிக்கு ஏற்பாடு செய்திருந்தாள். அதற்கான ஏற்பாடுகளுடன் அவள் மதியவேளையில் கிளம்ப வேண்டியது தாமதமாகிக் கொண்டே போனது. வழக்கம் போல கடைசி நேர திடீர் வேலைகள். இன்னும் கூட தாமதிக்கும் போலத் தெரிந்தது. அனிலா தன் தோழிகளை வேறு வரச் சொல்லியிருந்தாளாம். அவளிடமிருந்து போன் மேல் போன். ஜூடி கிளம்புவதாகத் தெரியவில்லை. அனிலா என்னை அழைத்தாள். என்னோடு குறைவாகத்தான் பேசுவாள். இருந்தும் என்னை அழைத்திருக்கிறாள் என்றால் அந்த அவசரத்தை நான் புரிந்து கொள்ள முடிந்தது.

“அங்கிள் ப்ளீஸ். என் ஃப்ரண்ட்ஸ் ஒவ்வொருத்தரா வர ஆரம்பிச்சுட்டாங்க. அம்மாதான் வரும்போது ஸ்னாக்ஸ், கூல் டிரிங்க்ஸ் எல்லாமே வாங்கிட்டு வரதா சொன்னாங்க. இப்ப அவங்களுக்கு கொடுக்க எதுவும் இல்லை. எனக்கு அவ்வளவு அவமானமா இருக்கு இங்கே”

நான் ஜூடியிடம் போனேன்.

"அனிலா எவ்வளவுதான் வெயிட் பண்ணுவா? நீ போய் கேக் டெலிவரி எடுத்துட்டு முன்னாடி போ. நான் இருந்து இந்த வேலையை முடிச்சுட்டு அங்கே டின்னருக்கு வந்துடறேன்"

"பிரபு.. இது டூ மில்லியன் டாலர் பிட்ச். அந்த ப்ரசன்டேஷனை மட்டும் ஒரு தடவை நான் பாத்து ஓகே பண்ணிட்டுப் போறேனே?"

"கொன்னுடுவேன். மரியாதையாக் கிளம்பு"

"ஜஸ்ட் ஃபைவ் மினிட்ஸ்... பிரபு.. இது பெரிய டீல்... அனிலா சொன்னா புரிஞ்சுக்குவா"

ஏனோ பிடிவாதம் பிடித்தாள் ஜூடி. அதன் பிறகும் என் பார்வையில் படாமல் தவிர்த்துவிட்டு அலுவலகத்தில்தான் சுற்றிக் கொண்டிருந்தாள். ஆனால் கிளம்புவதாகத் தெரியவில்லை. நான் எரிச்சலோடு காபிடீரியா பக்கம் ஒதுங்கியிருந்தேன்.

மறுபடி போன் அடித்தது. அனிலாதான். எனக்கு அவளை என்ன சொல்லி சமாதானப்படுத்துவது என்று புரியவில்லை.

"அங்கிள்... எனக்கு வாழவே பிடிக்கலை" என்றாள் எடுத்தவுடன்.

அனிலாவின் குரலில் இருந்த ஏதோ ஒன்று எனக்குள் ஒரு நடுக்கத்தை ஏற்படுத்தியது. அவள் சொன்னது என் காதுகளில் நுழைந்து மூளையில் உறைக்க சில விநாடிகள் பிடித்தன.

"அனிலா... என்னம்மா பேசிட்டு இருக்கே. அம்மா ஏற்கனவே கிளம்பிட்டாங்க. வந்துட்டே இருக்காங்க"

"குட் பை அங்கிள்.. அம்மாகிட்டே சொல்லிடுங்க. இனிமேல் நான் அவங்க கேரியருக்கு எந்த விதத்திலும் இடைஞ்சலா இருக்க மாட்டேன்னு"

நான் பதில் சொல்லும் முன்பாக போனை வைத்து விட்டாள். திரும்ப அழைத்தபோது போன் அடித்துக் கொண்டே இருந்தது. ஐந்தாவது முறை அழைத்தபோது அணைத்து வைக்கப்பட்டிருந்தது.

அலுவலகத்துக்குள் நான் அப்படி ஒரு ஓட்டம் ஓடியதில்லை. கான்பரன்ஸ் அறையின் கதவைப் படீரென்று திறந்தேன். அலுமினிய சட்டங்கள் அதிர்ந்தன.

"ஜூடி.. என்னோடு வா.. உடனே.."

"பிரபு.. ஐ அம் இன் தி மிடில் ஆஃப்..."

"நவ்..." நான் அப்படியெல்லாம் கத்துபவன் அல்ல. ஜூடிக்குப் புரிந்திருக்க வேண்டும். உடனே வெளியேறி வந்தாள்.

"பிரபு.. என்னாச்சு?"

"உன் வீட்டுக்குப் போகணும். பக்கத்து வீட்டு நம்பர் ஏதும் இருக்கா?"

"என்னடா ஆச்சு?" இப்போது அவளிடம் என் பதற்றம் தொற்றிக் கொண்டது. அவளிடம் சுருக்கமாக விஷயத்தை சொன்னேன். ஜூடி நடுங்கும் கரங்களோடு யாரையோ அழைத்தாள். போனிலேயே வழி நடத்தினாள்.

"கதவு உள்பக்கமா தாழ் போட்டிருக்கு. பெல் அடிச்சாலும் திறக்கலை. அவ ஃப்ரண்ட்ஸ் எல்லாம் போயிட்டாங்க போல இருக்கு. எல்லோரும் கிளம்பிட்டதா சொல்றாங்க"

இருவரும் காரை அடைந்தோம். நான் ஒரு நொடி தயங்கினேன். ஜூடி கார் ஓட்டும் நிலையில் இல்லை. நடுங்கும் விரல்களோடு யார் யாரையோ அழைத்துக் கொண்டிருந்தாள். என்னால் டிராபிக்கில் ஓட்ட முடியாது என்பதைக் கூட சிந்திக்கும் மனநிலையில் அவள் இல்லை.

"ஏறி உட்காரு.. சீக்கிரம்" என்று சொல்லிவிட்டு ஓட்டுநர் இருக்கையில் ஏறி அமர்ந்தேன். சீறிப் பறந்தேன் என்றெல்லாம் சொல்ல முடியாது. ஆனால் அந்த மாலை நேரப் போக்குவரத்தில் நான் எப்படி கார் ஓட்டினேன் எப்படி அவள் குடியிருப்பை அத்தனை சீக்கிரம் அடைந்தேன் என்று இன்று வரை எனக்குத் தெரியாது. ஒரு இடத்தில் கூட எஞ்சின் அணைந்து விடாமல் ஓட்டிச் சென்றிருந்தேன். அதன் பிறகு எப்படிப்பட்ட சாலையிலும் கார் ஓட்டுவது எனக்கு ஒரு பிரச்சனையாகவே இருந்ததில்லை.

ஜூடியின் அபார்ட்மென்ட் கதவை அவளிடம் இருந்த சாவி போட்டுத் திறந்து உள்ளே சென்றபோது அனிலா அவள் படுக்கையறையில் தரையில் அமர்ந்திருந்தாள். அழுது கொண்டிருந்தாள். இரண்டு கைகளிலும் ரத்தம் தோய்ந்திருந்தது. ஒரு பேப்பர் கட்டர் அருகே கிடந்தது. அவள் கையை எடுத்துப் பார்த்தேன். ஆழமான காயம் எதுவும் இல்லை. என்னுள் பெரிய நிம்மதி பரவியது.

"ரொம்ப வலிச்சுதும்மா... பயமா இருந்துச்சு..."

ஜூடி அவளைக் கட்டிக் கொண்டு கதறிவிட்டாள். எனக்கும் அழுகையாக வந்தது.

ஜூடி 02

அனிலா பெரிய அபாயம் இல்லாமல் பிழைத்துக் கொண்டாள். ஜூடிதான் மொத்தமாக உடைந்து போய்விட்டாள். அவள் கம்பீரம் தொலைந்து போனது. வேலையிலிருந்து நீண்ட விடுப்பு எடுத்துக் கொண்டு வீட்டில் முடங்கிவிட்டாள். மாதவன் எவ்வளவோ சமாதானம் சொல்லிப் பார்த்தார். ஜூடி அசைந்து கொடுக்கவில்லை.

"டூ ஹெல் வித் யுவர் ரெவின்யூ மாதவன். எனக்கு இந்த பிரேக் வேணும்"

எத்தனை பெரிய தைரியசாலிக்கும் அவர்கள் அஞ்சும்படியான ஒரு பயத்தைக் கைவசம் வைத்திருக்கிறது வாழ்க்கை. மூன்று மாதங்களுக்குப் பிறகு ஒரு நாள் என்னைத் தன் வீட்டுக்கு அழைத்து உறுதியான குரலில் சொன்னாள்.

"பிரபு... நான் சொல்றதைக் கேட்டுட்டு என்னை கன்வின்ஸ் பண்ண முயற்சி பண்ணாதே. நான் நல்லா யோசிச்சுதான் இந்த முடிவுக்கு வந்திருக்கேன். ஐ அம் க்விட்டிங். ஆபீஸ்ல இனி எல்லாம் நீதான். இந்த வேலைக்கு நீ ரெடி ஆகிட்டேன்னு மாதவன்கிட்டேயும் பேசிட்டேன். நான் இனி அனிலாவை விட்டு நகரப் போறதில்லை"

"செலவுக்கு என்ன பண்ணுவே ஜூடி?"

"என் வீட்டுல கல்யாணத்துக்குப் போட்டு விட்ட எழுபது பவுன் நகை லாக்கர்ல சும்மா தூங்குது. வெட்டி வைராக்கியத்துல இத்தனை நாள் தொடாம வெச்சிருந்தேன். அதை வித்தா மூணு நாலு வருசம் வேலைக்கே போகாம சந்தோஷமா செலவை சமாளிக்கலாம். எல்லார் வீட்லயும் இப்படி ஒரு புதையல் இருக்கும் பிரபு. பூதம் மாதிரி அதைக் காத்து வெச்சுட்டுதான் சோறு தண்ணி இல்லாம ஓடிட்டு இருக்கோம்"

எனக்கு அவள் முடிவில் பெரிய ஆச்சரியமே இல்லை. ஜூடி இந்த முடிவைத்தான் எடுப்பாள் என்று எனக்கு ஏனோ முன்பே தெரிந்திருந்தது. என்னால்தான் அவள் இல்லாத ஒரு நாளை நினைத்துப் பார்க்க முடியவில்லை.

அனிலாவே கூட தன் பங்குக்கு சமாதானம் சொல்லிப் பார்த்தாள். வீட்டில் இருந்த மூன்று மாதங்களில் ஜூடி அவளை நிறையவே மாற்றியிருந்தாள். அவளிடம் நிறையத் தெளிவு வந்திருந்தது.

“அம்மா.. அந்த நேரத்துல எமோஷனலாகி நான்தான் தப்பு பண்ணிட்டேன். அதுக்கு நான் எத்தனை சாரி வேணும்னாலும் கேட்டுக்கறேன். எனக்காக நீ உன் கேரியரை விட வேண்டாம். நீ இதுக்காக எவ்வளவு ஹார்ட் வொர்க் பண்ணினேனு எனக்குத் தெரியும். ஐ ஃபீல் கில்டி.. ப்ளீஸ்மா”

“ஆமா நீ பெரிய இவ.. உனக்காக எல்லாம் நான் தியாகம் பண்ணலை. இது எனக்கும் தேவைப்படுது. இன்னும் ரெண்டு மூணு வருசம். ஸ்கூல் முடியற வரைக்கும் நான் உன்கூட இருக்கேன். அப்புறம் எப்படியும் நீ பறந்து போயிடுவே. உன் வேலை, உன் காதல், உன் வாழ்க்கைன்னு. அப்போ உனக்கு நான் தேவைப்பட மாட்டேன். நான் எப்போ எங்கே மறுபடி வேலைக்குப் போனாலும் விட்ட இடத்துல இருந்து பிடிச்சுக்க முடியும். சந்தேகம்னா நீ பிரபு கிட்ட கேட்டுப் பாரு”

அனிலா என்னைப் பார்த்தாள். பாதிக்கப்பட்டவன் நான் என்று ஆமோதிப்பாகத் தலையசைத்தேன். ஜூடியால் எதுவும் முடியும்தான். புல்லட் ஓட்ட விரும்பி ஒரே வாரத்தில் கற்றுக் கொண்டவள்.

“உன்னைத்தான் நான் ரொம்ப மிஸ் பண்ணுவேன் பிரபு” என்று சொல்லி என்னை அணைத்துக் கொண்டாள்.

“எப்படியோ நீங்க எஸ்கேப் அங்கிள்.. நான் சிக்கிட்டேன்” என்றாள் அனிலா முகத்தை சோகமாக வைத்துக் கொண்டு.

அப்போது சிரித்துக் கொண்டு எழுந்து வந்துவிட்டாலும் ஜூடி இல்லாத அந்த அலுவலகத்தில் என்னால் அதற்குப் பிறகு வேலை செய்ய மனம் ஒட்டவில்லை. அவள்

நினைவாகவே இருந்தது. அவள் இல்லாத ஒரு உலகத்தில் என்னால் வாழ முடியவில்லை. அமெரிக்கா செல்லும் வாய்ப்பு வந்ததும் நான் துள்ளிக் குதித்து ஒப்புக் கொள்வேன் என்று மாதவன் நினைத்தார். ஆனால் யோசிக்க வேண்டும் என்றேன். வாரம் ஒரு முறையாவது ஜூடியைப் பார்த்து பேசிக் கொண்டிருக்கிறேன். அதையும் நான் இழக்க வேண்டுமா என்று இருந்தது.

மூன்று நாட்கள் கடுமையான யோசனைக்குப் பிறகு ஜூடியை அழைத்து அவளோடு பேச வேண்டும் என்று சொன்னேன். வரச் சொன்னாள். அனிலாவுடன் டென்னிஸ் விளையாடிக் கொண்டிருந்தாள். இடைப்பட்ட காலத்தில் ஜிம், ஏரோபிக்ஸ் என்று இன்னும் உடலைக் குறைத்து உறுதியாக்கி மெருகேறியிருந்தாள். அன்றாட அழுத்தம் இல்லாத ஒரு வாழ்க்கையின் செழிப்பு முகத்தில் தெரிந்தது. அதே தெற்றுப்பல் சிரிப்பு இன்னும் இளமையோடு கூடுதல் அழகாக இருந்தது. அனிலாவும் உற்சாகமாக இருந்தாள். எப்போதும் போல ஜூடி இந்த வேலையையும் சிறப்பாக செய்து கொண்டிருக்கிறாள் என்று புரிந்தது. அனிலாவைத் தொடர்ந்து வேறொரு பெண்ணுடன் விளையாடிக் கொண்டிருக்கும்படி சொல்லிவிட்டு என்னிடம் வந்தாள் ஜூடி. அங்கே இருந்த கேன்டீனில் ஜூஸ் ஆர்டர் செய்து அமர்ந்தோம்.

அவளிடம் விஷயத்தை சொன்னேன். அவள் விழிகள் விரிந்தன.

“வாவ். கங்க்ராஜூலேஷன்ஸ் பிரபு”

நான் தயங்கினேன்.

“நான் போகணுமா வேணாமான்னு இன்னும் முடிவு பண்ணலை ஜூடி”

“என்னடா பைத்தியம் மாதிரி உளறிட்டு இருக்கே.. இதுக்காகத்தானே நீ காத்துட்டு இருந்தே?”

“ஜூடி... நான் போயிட்டா நீ என்னை கொஞ்சம் கூட மிஸ் பண்ண மாட்டியா?” இதுதான் நான் கேட்க நினைத்திருந்த கேள்வி. எனக்கு அதை எப்படி ஆரம்பித்து எப்படி சொல்வதென்று தெரியவில்லை.

“நீ இப்போ நிஜமாவே சந்தோஷமா இருக்கியா ஜூடி?” என்று எதையோ கேட்டு வைத்தேன். அவள் என்னை புதிராகப் பார்த்தாள்.

“நான் என்ன கேட்டா நீ என்ன சொல்றே? பாத்தா தெரியலையா? நான் அனிலா அவ சந்தோஷம்னு குட்டி உலகம். எனக்கு நானே கேர் எடுத்துக்க முடியுது. ரொம்ப சந்தோஷமா இருக்கேன் பிரபு. நான் இதை முன்னாடியே செஞ்சிருக்கணும்”

அவள் பேசிக் கொண்டிருக்கும்போதே வெள்ளை நிறத்தில் டென்னிஸ் உடை அணிந்த மூன்று ஆண்கள் உள்ளே நுழைந்தார்கள். ஆறடி உயரத்தில் மிலிட்டரி கட் வெட்டிய ஒருவன் ஜூடியைப் பார்த்ததும் தன் குழுவிலிருந்து பிரிந்து கூடுதல் உற்சாகத்தோடு எங்கள் டேபிளுக்கு வந்தான்.

“ஹல்லோ சாம்ப்பியன்”

“ஹாய் மேஜர்” என்றாள் ஜூடி தனது தெற்றுப்பல் சிரிப்போடு. என்னை அறிமுகப்படுத்தினாள்.

“மீட் பிரபு.. மை பெஸ்ட் ஃப்ரண்ட். இது மேஜர் ரவி...” என்று நிறுத்தினாள். நான் அடுத்து அவள் என்ன சொல்லப் போகிறாள் என்று காத்திருந்தேன்.

“அவ்வளவுதானா?” என்றான் ரவி.

ஜூடியின் முகம் ஒரு நொடி மட்டும் சிவந்தது.

“ஓகே.. மேஜர் ரவி.. என்னோட ஃப்ரண்ட்”

“பெஸ்ட் இன்னும் வரலையே”

“டோன்ட் புஷ் ரவி” என்றாள் போலிக் கண்டிப்புடன். ரவி சரண்டர் ஆவது போல் கை உயர்த்தினான். எனக்கு அவர்களின் குலாவலைப் பார்க்க தணல் மீது அமர்ந்திருப்பது போல் எரிந்தது.

“சோ நீதான் அந்த பிரபு.. இந்த லேடி ரொம்ப மோசம். பொண்ணை டென்னிஸ் க்ளாஸ்ல விட வந்தாங்க. மூணே மாசத்துல டென்னிஸ் கத்துக்கிட்டு எங்களை எல்லாம் ஓட விடறாங்க”

“ஷட் அப் மேஜர்.. நீங்க எனக்கு வேணும்னே விட்டுக் கொடுக்கறீங்கன்னு எனக்குத் தெரியும். ஆனா ஒரு நாள் நிஜமாவே உங்களை ஓட விடுவேன்னு நம்பிக்கை இருக்கு”

இன்னும் சிறிது நேரம் தேவைக்கு அதிகமாகவே சிரித்து சிரித்துப் பேசிவிட்டு ரவி நகர்ந்ததும் என்னால் கேட்காமல் இருக்க முடியவில்லை.

“என்ன ஜூடி? அடுத்த இன்னிங்க்ஸ்?”

“ச்சே... பாத்தா அப்படியா தெரியுது”

“கொஞ்சம்... உன்னை விட மேஜர் ரொம்பவே வழியறார்”

அவள் சில நொடிகள் அமைதியாக இருந்தாள். பின் ஒரு பெருமூச்சுடன் என்னைப் பார்த்தாள்.

“மே பீ ஐ ஆம் ஜஸ்ட் ஃப்ளிர்ட்டிங் பிரபு... ஒரு தடவை பட்டதே போதும். தள்ளி இருக்கும்போது கவர்ச்சியா தெரியற அத்தனையும் ஒரே வீட்டுக்குள்ள, அறைக்குள்ள, போர்வைக்குள்ளேன்னு நெருக்கும்போது இவ்வளவுதானான்னு ஆயிடுது. இன்னொரு ரிலேஷன்ஷிப்புக்கு இனி எப்பவும் நான் தயாரா இல்லை. ஐ அம் ப்ராக்டிகல்லி டன்” என்றாள் ஜூடி.

சாதகமாகவா பாதகமாகவா இதை எப்படி எடுத்துக் கொள்வதென்று எனக்குப் புரியவில்லை. சிறிது நேரம் அமைதியாக ஜூஸ் குடித்துக் கொண்டிருந்தேன். அவள் என்னையே பார்த்துக் கொண்டிருந்தாள்.

“சரி.. நீ பேச்சை மாத்தாதே.. அமெரிக்கா போகணும்னுதானே இத்தனை வருஷம் கஷ்டப்பட்டே.. இப்ப திடீர்னு யோசிக்க என்னடா இருக்கு இதுல? கிளம்பிப் போ... க்ரீன் கார்டு வாங்கு. சாமர்த்தியம் இருந்தா அங்கேயே ஒரு வெள்ளைக்காரியைப் பாத்து கல்யாணம் பண்ணிக்கோ”

எனக்கு அவளைப் பிரிவதில் இருக்கும் வருத்தம் அவளுக்கு என்னைப் பிரிவதில் துளியும் இருப்பதாகத் தெரியவில்லை. ஏனோ சம்மந்தம் இல்லாமல் முதலாம் ஜூடி நினைவுக்கு வந்து போனாள். அவளும் இப்படித்தான் திடீரென்று என்னை அவள் வாழ்க்கையிலிருந்து அறுத்து எறிந்தாள். என் கதறல்களை

அவள் ஒரு பொருட்டாகவே மதிக்கவில்லை. இவளும் அதையே செய்கிறாள். சற்று வேறு விதமாக.

"என்னடா ஒரு மாதிரி ஆகிட்டே?"

"நான் வரேன் ஜூடி" என்று அவசரமாக எழுந்து கொண்டேன். எனக்கு ஏனோ கண்கள் கலங்கிவிட்டன. அதை அவள் பார்ப்பதை நான் விரும்பவில்லை.

"ஏன்டா திடீர்னு கிளம்பறே? அனிலா ட்ரெய்னிங் முடிச்சு வந்தா மூணு பேரும் லஞ்ச் போலாம்னு நினைச்சேன்"

"இல்லை நான் உடனே போகணும்... வேலை இருக்கு... பை"

அவள் முகத்தைப் பார்க்காமலே ஏதோ சொல்லிவிட்டு வேகமாக அங்கிருந்து வெளியே நடந்தேன். அவள் பின்னாலிருந்து கூப்பிடக் கூப்பிட நிற்காமல் வந்து கொண்டே இருந்தேன். அன்று முழுக்க அவள் திரும்பத் திரும்ப போனில் அழைத்தபோதும் எடுக்கவில்லை. அன்று மாலை வரை வைப்ரேஷன் மோடில் அதிர்ந்து கொண்டு அது என் அருகே கிடந்தது.

ஜூடி 03

மூன்றாம் ஜூடி என்னையே பார்த்தபடி அமர்ந்திருந்தாள். கைகளால் தன் கூந்தலை அள்ளிக் கலைத்துக் கொண்டிருந்தாள். அவள் கண்களில் போதையாக ஏதோ ஒன்று மிதந்து கொண்டிருந்தது. எனக்கு அந்தப் பார்வையும் அருகாமையும் ஒரு விதத்தில் ஜிவ்வென்று இருந்தது.

"இந்த ஜூடியையும் அதற்குப் பிறகு நீ சந்திக்கவில்லையா?" என்றாள்.

"ம்ம்ம்.. அதுக்கப்புறம் ரெண்டு வருஷம் கழிச்சு மும்பை போயிருந்தேன். அவளைக் கூப்பிடலை. ஆனா நான் வந்திருக்கேன்னு அவளுக்குத் தெரிஞ்சு அனிலாவோடு வந்துட்டா. அனிலாவை காதைப் பொத்திக்க சொல்லிட்டு செம்ம திட்டு. கெட்ட கெட்ட வார்த்தைல. வாங்கிக்கிட்டேன்"

"அப்புறம் சமாதானம் ஆகி விட்டீர்களா... இல்லையா?"

"எப்பவாவது போனில் ஃபேஸ் டைமில் பேசுவோம்"

ஜூடி குறுகுறுவென்று என்னைப் பார்த்தாள். பிறகு கேட்டாள்.

"நான் உன்னை ஒன்று கேட்கலாமா?"

ஒரு கேள்விக்கு முன்னோட்டமாக இன்னொரு கேள்வி. அடுத்து வரும் கேள்வி என்னவென்றே தெரியாமல் இதற்கு எப்படி பதில் சொல்வது? அது கண்டிப்பாக பதில் சொல்லக் கடினமான ஒன்றாகத்தான் இருக்கும். ஆனாலும் இந்தக் கேள்விக்கு யாரும் மறுப்பாக பதில் சொல்ல மாட்டார்கள். அது தெரிந்தே கேட்கப்படும் கேள்வி இது.

"ஹல்லோ..." என்று என் முகத்தின் முன் கையை ஆட்டினாள். நான் என் சிந்தனை ஓட்டத்தைக் கலைத்தேன்.

"சாரி... கேளு"

"உன்னோட ரெண்டு ஜோடிகள் பற்றியும் நீ சொன்னதை வைத்துப் பார்க்கும்போது, நான் அவ்வளவு சுவாரசியமான ஜோடி இல்லைன்னு தோணுது. என்கிட்டே அப்படி ஏதாவது நடக்குமென்று நீ எதிர்பார்த்தாயா?"

நான் பதில் சொல்வதற்கு முன் இடை மறித்தாள்.

"உண்மையா சொல்லணும்"

"ஆரம்பத்துல அப்படி இருந்துச்சு..."

"அப்புறம்? இப்போது இல்லையா?"

"உன்னைப் பத்திதான் இது வரைக்கும் எதுவுமே தெரியலையே? நீ கேட்டாலும் சொல்ல மாட்டேங்கறே?"

"கமான் பிரபு... ஐ நோ யூ லைக் மீ.. யூ ஹேவ் அ க்ரஷ் ஆன் மீ.. இல்லையா?" என்றாள்.

"யெஸ்..." என்றேன். அந்த ஒப்புதல் வாக்குமூலம் ஒரு பெரிய விடுதலை போல இருந்தது.

"அந்த ஜிம் என்னை சந்திச்ச நாலாவது நிமிஷத்துல இதை சொல்லிட்டான். ஆனா உன்னோட ஃபீலிங்ஸ் உண்மையானது. இதை சொல்ல உனக்கு ஏன் இவ்வளவு தயக்கம்?" என்றாள். எழுந்து என்னருகே நெருங்கி அமர்ந்தாள். குளிர் திடீரென்று விலகி விட்டது. என் தயக்கமும் மெல்ல விலகிக் கொண்டிருந்தது.

"என்ன செய்ய? இப்படித்தான் எங்களை வளர்த்திருக்காங்க. வெறுப்பைத்தான் வெளிப்படையாக சொல்லுவோம், அன்பை மறைச்சு வெச்சுக்குவோம்"

வெளியே புயல் இன்னும் வலுத்திருந்தது. ஜன்னல் சட்டங்கள் அதிரும் அளவு காற்று. அவள் அருகாமையால் நானும் அதிர்ந்து கொண்டிருந்தேன். எல்லாவற்றையும் என் மொபைல் போனின் அலறல் கெடுத்தது.

மறுமுனையில் ராகவன். ஜோடியிடம் காட்டிவிட்டு போனை எடுத்தேன். பலமுறை முயற்சி செய்தும் இணைப்பு கிடைக்காத பதற்றத்தில் இருந்தான்.

ஷான் கருப்பசாமி

“இன்னும் தூங்கலையாடா நீ” என்றேன்.

“ஏன்டா கேக்க மாட்டே... இந்த வெதர்ல கிளம்பி போனீங்களே, போய் சேர்ந்தீங்களா இல்லையான்னு ஒருத்தன் முழிச்சுட்டு இருக்கேன்ல... சரி அவளை ஹோட்டல்ல டிராப் பண்ணிட்டியா.. நீ பத்திரமா வீட்டுக்குப் போயிட்டியா?”

“ஆமாண்டா... ஆனா இல்லடா”

“இப்ப என்னடா சொல்ல வரே?”

ஜூடி இன்னும் கூட நெருங்கி அமர்ந்திருந்தாள். நான் மெதுவாக ராகவனிடம் சொன்னேன்.

“இல்லடா... ஹெவியா டிராபிக் ஜாம். வண்டியை என் வீட்டுக்குத் திருப்பிட்டேன். இப்ப அவ என் வீட்டுலதான் இருக்கா”

ராகவன் இரண்டு நொடிகள் தாமதித்துப் பிறகு அலறினான். அது அத்தனை அருகில் இருந்த ஜூடிக்கும் கேட்டது.

“என்னடா சொல்றே? அப்ப இன்னிக்கு ராத்திரி...”

“பைத்தியமாடா உனக்கு? என்னை நம்பி என் வீட்டுக்கு வந்திருக்கா”

“பிரபு.. தம்பி.. கண்ணா.. நான் சொல்றத கேளுடா.. ஒரு நிமிஷம்.. அவ ஒண்ணும் பக்கத்துல இல்லையே?”

நான் பக்கவாட்டில் திரும்பினால் அவள் இடது கன்னம்தான் அருகில் தெரிந்தது. பிறகு மை காட்.. அந்த உதடுகள்.

“இல்லைடா” என்றேன்.

“இங்க பாரு... அவ ஒண்ணும் நம்ம ஊரு பொண்ணு இல்லை. நீ எதுவும் பண்ணமாட்டேன்னு இல்லை, ஏதாவது பண்ணுவேன்னு நம்பிதான் உன் கூட வந்திருப்பா... பட்டுன்னு கேட்டுடு.. விருப்பம் இல்லைன்னா இல்லைன்னு சொல்லிடுவா... ரொம்ப லேட் பண்ணினேன்னா தூங்கப் போயிடுவா”

“அவ எப்பவோ தூங்கிட்டா” என்றேன்.

“ச்சைக்.. எப்படியோ சாவு...”

போனை வைத்துவிட்டான். அவன் இன்னும் கொஞ்ச நேரம் பேசிக் கொண்டிருந்தால் பரவாயில்லை என்று தோன்றியது. ஏனென்றால் இப்போது மீண்டும் நான் ஜூடியுடன் தனியாக. அவளால் இதற்கு மேல் நெருங்க முடியாது. அடுத்த அடியை நான்தான் எடுத்து வைக்க வேண்டும்.

ஆனால் ஜூடிக்கு அதற்கு மேல் பொறுமை இல்லை.

"ஆர் யூ கோயிங் டு ஆஸ்க் ஆர் வாட்?" என்றாள் என் பக்கம் திரும்பி.

இப்போது அந்த உதடுகள் அத்தனை அருகில். இதற்கு மேல் காத்திருக்க நான் ஒன்றும் புத்தன் இல்லை.

அந்த முத்தம் இயல்பாக நடந்தது. அவள் இன்னும் திரும்பி நெருங்கி வந்தாள். குதிரை ஏறுவது போல் என் மீது ஏறி இரண்டு பக்கமும் சோபாவில் முழங்கால்களை ஊன்றி அமர்ந்தாள்.

"மறுபடி சொல்லு. உனக்கு என்னைப் பிடிச்சிருக்குதானே?" என்றாள்.

"யெஸ்.. நிறைய" என்றேன் அவசரமாக.

நான் சொல்லி முடிப்பதற்கு முன்பாக மறுபடி என் உதடுகளைக் கவ்வி முத்தமிடத் தொடங்கினாள். இந்த முறை முரட்டுத்தனமாக. தலை வழியாக தன்னுடைய டீஷர்ட்டைக் கழற்றும்போது மட்டும் சில நொடிகள் முத்தமிடுவதை நிறுத்தினாள். நான் மூச்சு வாங்கிக் கொண்டேன். என்னடா செய்கிறாய் பாவி என்று அதிர்ச்சி அடைந்த மஞ்சநாயக்கன் பட்டியில் வளர்ந்த அந்த நல்ல பையனை மளுக்கென்று கழுத்தைத் திருகிவிட்டு நானும் அவளுக்கு ஈடு கொடுக்கத் தொடங்கினேன்.

இந்த ஜூடிகள் ஏன் எப்போதும் புரிந்து கொள்ள முடியாதவர்களாக இருக்கிறார்கள்?

ஜூடி 03

இருவரும் சோபா அருகே கார்ப்பெட்டில் மல்லாந்து கிடந்தோம். என்னால் இன்னும் நம்ப முடியவில்லை. என்னருகே ஆடையில்லாமல் கிடந்த ஜூடி நிஜமா என்று அவள் முகத்தைத் தொட்டுப் பார்த்தேன். அவள் இதழ்களை வருடினேன். கண்களை மூடியபடி புன்னகைத்தாள். உடலில் ஒட்டுத் துணியில்லாமல் இருக்கிறோம் என்ற கூச்சமெல்லாம் அவளுக்கு இல்லை. நான்தான் கையில் கிடைத்த ஆடை ஒன்றால் பாதி உடலை மூடிக் கொண்டிருந்தேன். மனம் எங்கோ பறந்து மிதந்து கொண்டிருந்தது. மறுபடி ஜூடியின் முகத்தை வருடினேன்.

அப்படியே எழுந்து சென்று ஃப்ரிட்ஜைத் திறந்து பார்த்தாள். ஒரு டின் பியரை எடுத்துக் கொண்டு வந்து சோபாவில் அமர்ந்தாள்.

"இட் வாஸ் ஆசம். இல்லை?" என்றாள்.

"நான் இதை எதிர்பார்க்கலை" என்றேன்.

"எல்லாம் மனதுக்குள் எதிர்பார்த்துக் கொண்டுதான் இருந்திருப்பாய்... ஆனா வாய் விட்டுக் கேட்க பயம்..."

இப்போது எனக்கும் ஒரு பியர் தேவைப்பட்டது. எடுத்துக் கொண்டு வந்து அவள் அருகே அமர்ந்தேன். கதகதப்பான அவள் வெற்றுடல் உரசலில் என் தயக்கங்கள் பறந்திருந்தன. இன்னும் இன்னும் அது தேவைப்பட்டது. ஒரு வகையில் எனக்கு அது ஒரு தைரியத்தை அளித்திருந்தது.

"நான் உன்னை ஒன்று கேட்கலாமா ஜூடி...?"

ஜூடி கடகடவென்று சிரித்தாள்.

“ஏன்?”

“இதுதான் எனக்கு முதல் அனுபவமான்னு கேட்கப் போகிறாயா? நீ அந்த அளவு முட்டாள் இல்லைன்னு நினைக்கிறேன். ஏன்னா கேட்ட அனைவரிடமும் நான் ஆமாம்னுதான் சொல்லியிருக்கிறேன்”

“ஐ அம் சீரியஸ்.. ஜூடி... என்னை உனக்கு நிஜமாவே பிடிச்சிருக்கா... இந்த ரிலேஷன்ஷிப்... இதெல்லாம் இனியும் தொடருமா? இல்லை வாய்ப்பு அமைஞ்சதால நடந்த ஒரு விபத்தா? ஒன் நைட் ஸ்டேண்ட் மாதிரி”

“உனக்கு இது போதாதா? இன்னும் இது தொடரணும்னு நீ நிஜமாவே ஆசைப்படறியா?” என்றாள் என்னை தலைசாய்த்துப் பார்த்து.

“ஆமாம்” என்றேன். இந்த முறை எனக்கு எந்த சந்தேகமும் இல்லை. அவள் எனக்கு வேண்டும்.

“அது நடக்காது பிரபு. ஏமாந்து போவாய். ஏன்னா நீ எதிர்பார்க்கற ஜூடி நான் இல்லை” என்றாள் கொஞ்சம் கூட யோசிக்காமல்.

இதுவரை எல்லாம் நன்றாகத்தானே போய்க் கொண்டிருக்கிறது. இது என்ன புது திருப்பம்?

“புரியலை”

“என்னைப் பற்றி இது வரைக்கும் எதுவுமே உனக்குத் தெரியாது. அது உன் தவறு இல்லைதான். ஆனால் ஜூடி என்ற பெயர்தான் நானா? இல்லை என்னோட உடல் மட்டும்தான் நானா? எதை வைத்து என்னோடு ஒரு ரிலேஷன்ஷிப் வேணும்னு நீ நினைக்கறே?”

“கமான் ஜூடி... ஒரு சில பேரைப் பார்த்ததுமே பிடிக்கறது இல்லையா? எனக்கு அப்படித்தான் நடந்துச்சு. அதுக்கப்புறமும் உன் கூட பேசியிருக்கேன். பழகி இருக்கேன். என்னோட காதல் மாறவே இல்லை”

ஜூடி புன்னகைத்தாள்.

“எனக்கு உன் பிரச்னை புரியுது. உன் லைஃப்ல வந்த

ஜூடிகளையெல்லாம் மிஸ் பண்ணிட்டு அதுக்கப்புறம் பாக்கற பொண்ணுங்ககிட்டே எல்லாம் ஜூடியைத் தேடிட்டு இருக்கே. இல்லையா?"

நான் அமைதியாக இருந்தேன். என்னிடம் அவள் சொன்னதற்கு உறுதியான மறுப்பு இல்லை என்பதும் ஒரு காரணம்.

"இப்போது நான் சொல்லப் போவது நிச்சயம் உனக்குப் பிடிக்காது. ஆனால் யூ ஆர் நாட் இன் லவ், யூ ஆர் சிம்ப்ளி அப்செஸ்ட். அந்தப் பெயர் மேலதான் உனக்கு மோகம். உண்மையாக சொல். என் பெயர் ஜூடியாக இல்லையென்றால் இப்படி ஒரு ஆர்வம் காட்டியிருப்பாயா பிரபு?"

பேசியபடியே எழுந்து சென்று ஆங்காங்கே சிதறிக் கிடந்த உடைகளை எடுத்து அணியத் தொடங்கினாள்.

ஜன்னல் திரைச்சீலையை விலக்கிவிட்டு வெளியே பார்த்தாள். கிட்டத்தட்ட விடிந்திருந்தது. இன்னும் பனி பொழிந்து கொண்டிருந்தது. ஆனால் வேகம் குறைந்திருந்தது. காற்று வீசுவது நின்றிருந்தது.

"எனக்கும் உன்னைப் பிடித்திருக்கிறதுதான். ஆனால் எப்போதோ உனக்குப் பிடித்த யாருக்கோ சப்ஸ்டிட்யூட்டா இருக்க நான் விரும்பவில்லை"

உடை அணிந்து தயாராக என் எதிரே வந்து அமர்ந்தாள்.

"அப்போ நமக்குள்ளே நடந்ததுக்கு என்ன அர்த்தம்" என்றேன் அவளைப் பார்த்து குழப்பமாக.

"என்ன நடந்திருக்கு?"

"இது..."

"யூ மீன்.. செக்ஸ்?"

தலையசைத்தேன்.

"அதற்கு என்ன? அது நன்றாகத்தான் இருந்தது. ஆனால் அது அவ்வளவு மட்டும்தான்"

நான் எதுவும் பேசாமல் உறைந்து அமர்ந்திருந்தேன். எல்லாமே நொறுங்கியது போலிருந்தது. ஒரு வகையில் ஜூடிகள் உடைத்து

நொறுக்குவதற்காகவே என் மனம் செய்யப்பட்டிருக்கிறது என்பது போல எதுவும் வெளியே காட்டிக் கொள்ளாமல் அமர்ந்திருந்தேன். சில நிமிடங்கள் கனத்த மௌனம்.

“என்னை என் ஹோட்டலில் விட்டுவிட முடியுமா?” என்றாள் இறுதியாக.

எனக்கும் அதுதான் சரி என்று பட்டது. ஆனால் திடீரென்று கதவு தட்டப்பட்டது.

அவசரமாக எனது ஆடைகளைப் பொறுக்கி அணிவதற்குள் மறுபடி கதவு பலமாகத் தட்டப்பட்டது.

“மிஸ்டர் பிரபு வெங்கடாசலம்... போலீஸ்.. ஓபன் தி டோர்..”

திடுக்கிட்டு ஓடிச்சென்று திறந்தபோது இரண்டு பேர் காவலர் சீருடையில் நின்றிருந்தார்கள். இருவரில் சற்றே வயது மூத்த காவலர் மட்டும் செயற்கையான புன்னகையோடு என்னை விசாரித்தார்.

“நான் ஆபீசர் பில். ஈஸ் மிஸ் ஜூடி வித் யூ சார்?”

அவர்களுக்குப் பின்னால் இரண்டு போலீஸ்கார்கள் தெருவை அடைத்தபடி நின்றிருந்தனர். முழு சீருடையில் மேலும் இரண்டு காவலர்கள் துப்பாக்கியில் ஒரு கை வைத்தபடி சுற்றுவட்டாரத்தை நோட்டமிட்டுக் கொண்டிருந்தார்கள்.

“ஆமாம்” என்றேன் பயம் கலந்த குழப்பத்துடன். அதற்குள் ஜூடியே தன் கைப்பையை அணிந்தபடி வெளியே வந்தாள். அவள் இதை எதிர்பார்த்திருந்தது போல சாதாரணமாக இருந்தாள்.

அவளைப் பார்த்ததும் காவலர்கள் இருவரும் நிம்மதியடைந்து சற்றுத் தளர்வானார்கள்.

“வீ ஆர் சாரி மேடம். எங்களுக்கு உடனே உங்களைத் தேடிக் கண்டுபிடிக்கும்படி உத்தரவு. உங்கள் அம்மாவுக்கு நீங்கள் எங்கே போனீர்களென்ற தகவல் இல்லை. அழைத்தபோது போனும் கிடைக்கவில்லை. உடனே எங்கள் தலைமை அலுவலகத்துக்கு போன் பண்ணிட்டாங்க. ப்ரோட்டோகால் படி நாங்கள் நேரில் தேடி வரவேண்டியதாகப் போய்விட்டது.

மற்றபடி உங்கள் தனிமையில் குறுக்கிடும் எந்த எண்ணமும் எங்களுக்கு இல்லை"

அவள் புரிந்தது என்பது போல் தலையாட்டினாள். நான் என்னடா நடக்கிறது இங்கே என்பது போல அவளைப் பார்த்தேன்.

"பரவாயில்லை. இப்படி நடந்துவிடுமோ என்று பயந்துகொண்டேதான் இருந்தேன். அம்மாவுக்கு எப்போதும் என் பாதுகாப்பை நினைத்து பயம்தான். இந்த அமெரிக்கப் பயணத்தைக் கூட அவர் முடிந்த அளவு தடுக்கப் பார்த்தார். பிரபு என் நண்பர்தான். இவரால் ஆபத்து இல்லை. நேற்று புயலால் சாலை அடைபட்டுப் போயிருந்தது. ஹோட்டலுக்குத் திரும்ப முடியவில்லை. இங்கே தங்க வேண்டியதாகி விட்டது"

பில் என்னை யூனிஃபார்முக்கு அளவெடுப்பது போல் பார்த்தார். அவர் கண்களில் இருந்த சந்தேகம் முழுதாக நீங்கவில்லை.

"புரிந்தது. இப்போது நாம் போகலாமா? உங்களுக்கு இன்னும் நேரம் ஆகுமென்றால் வெளியே காத்திருக்கிறோம்"

இவளும் மற்ற ஜூடிகள் போலவே திரும்பிப் பார்க்காமல் போய் விடுவாள் என்றுதான் நினைத்தேன்.

"இரண்டு நிமிடங்கள் தர முடியுமா?"

"கண்டிப்பாக. நாங்கள் வாகனத்தில் காத்திருக்கிறோம்"

இதை சொல்லிவிட்டு ஆஃபீசர் பில்லும் அவருடன் வந்த இன்னொரு காவலரும் விலகினார்கள். ஜூடி மீண்டும் கதவை சாத்திவிட்டு என்னைப் பார்த்தாள்.

"ஜூடி.. வாட் இஸ் திஸ்?"

"ஐ அம் சாரி பிரபு.. இதைத்தான் நான் சொல்ல வந்தேன். என்னைப் பற்றி எதுவுமே நீ தெரிந்து கொள்ளாமல் என் மீது காதல் கொண்டு விட்டாயென்று. ஆனால் என் பின்னால் இருக்கும் கதை உனக்குத் தெரிந்தால் நீயே உன் முடிவை மாற்றிக் கொள்வாய். ஆனால் இதை மட்டும் நான் சொல்லியே ஆக வேண்டும். என் வாழ்க்கை விசித்திரமானது. துன்பமயமான

நாட்கள் நிறைந்தது. நான் உயிருக்குப் பயந்து ஓடிக் கொண்டிருக்கிறேன். ஆனால் நீண்ட காலத்துக்குப் பின் உன்னோடு இருந்த இந்த சில நாட்கள் நிறையவே மகிழ்ச்சியாக இருந்தேன். அதற்கு நன்றி. ராகவன், ஜோதி, அந்தக் குழந்தைகள், வாழ்க்கை இப்படியே எளிமையானதாக இருந்தால் நன்றாக இருக்கும் என்று தோன்றியது"

"ஒண்ணுமே புரியலை ஜூடி. உன்னைக் கூட்டிப் போக போலீஸ் எதுக்கு வந்திருக்கு?" எனக்கு இன்னும் படபடப்பு அடங்கவில்லை. இப்போது குழப்பமும் சேர்ந்து கொண்டது.

"முழுவதுமாக நான் சொல்ல முடியாது. சுருக்கமாக சொல்கிறேன். நான் யுகே அரசாங்கத்தின் விட்னஸ் ப்ரொடக்ஷனில் இருக்கிறேன். ஒரு முக்கியமான வழக்கில் ஒரு பெரிய செல்வாக்கான மனிதருக்கு எதிராக சாட்சி சொன்னேன். அந்த ஆள் மிகவும் பவர்ஃபுல். அரசியலில், நிழல் உலகத்தில், பண பலத்தில் என்று. அவனுக்கு உலகமெங்கும் நிறைய விசுவாசிகள். இன்னும் வழக்கு முடியவில்லை. அதனால் என்னைப் பெயர் மாற்றி அடையாளம் மாற்றி எங்கள் நாட்டு போலீஸ் பாதுகாத்து வைத்திருக்கிறது" ஜூடி பெருமூச்சு விட்டாள்.

"நேற்று நடந்தது போல் நான் இருக்க வேண்டிய இடத்தில் இருக்க வேண்டிய நேரத்தில் இல்லை என்றால் என் அம்மா பதறி விடுவாள். இனிமேல் அவர்கள் ப்ரோட்டோகால் படி மறுபடி அடையாளத்தை மாத்துவாங்க. இந்த ஆறு ஆண்டுகளில் மூன்று முறை அப்படி நடந்திருக்கிறது. ஒவ்வொரு முறையும் ஒரு பெயர், ஒரு அடையாளம், ஒரு ஊர். புதிதாக ஒரு வேலை தேடிக் கொள்ள வேண்டும் நான். நாளைக்கு மதியம் பன்னிரண்டு மணி ஃப்ளைட். போய் இறங்கிட்டா அதற்குப் பிறகு நான் எங்கே என்னவாக இருப்பேன் என்று எனக்கே தெரியாது"

"நான் கதை சொன்னது போல் நீயும் ஏதோ கதை சொல்கிறாய். நீ பொய்தானே சொல்றே ஜூடி?"

"ஜூடி என்ற பெயரே பொய்தான் பிரபு" என்றபடி மீண்டும் கதவைத் திறந்தாள்.

"இனிமேலாவது அந்தப் பெயரைப் பிடித்துக்கொண்டு தொங்காதே" என்றாள்.

என்னைக் கடந்து நடந்து சென்று வாசலில் நின்ற காவலர்களின் வாகனத்தில் ஏறிக் கொண்டாள். பக்கத்து வீடுகளிலிருந்து சிலர் வெளியே வந்து வேடிக்கை பார்க்கத் தொடங்கியிருந்தார்கள். அவளை அழைத்துக் கொண்டு சென்ற வாகனங்கள் தலையில் மின்னும் விளக்குகளுடன் வேகம் எடுப்பதைக் கண் இமைக்காமல் பார்த்துக் கொண்டு நின்றேன். எல்லாமே கனவு போலிருந்தது. வேறு யாருக்கோ நடப்பது போலிருந்தது. உள்ளே ஓடி வந்து ராகவனை மொபைலில் அழைத்தேன்.

"போலீஸ் வந்தாங்களாடா" என்றான் எடுத்தவுடன் கிசுகிசுப்பாக.

"ஆமாம். என்னடா நடக்குது?" என்றேன்.

"இங்கேயும் வந்தாங்க. போயிட்டாங்களா?" என்றான் இன்னும் கிசுகிசுப்பாக.

"ம்.. ஜூடியையும் கூட்டிக்கிட்டு... அவங்க அங்கே வந்ததும் ஏன்டா போன் பண்ணலை? இப்போ நீ ஏன்டா ஹஸ்கி வாய்ஸ்ல பேசறே?"

அப்போதுதான் அவனுக்கும் அது உறைத்திருக்க வேண்டும். சாதாரணமான குரலுக்கு மாறினான்.

"என்னை உனக்கு போன் பண்ணக்கூடாதுன்னு கடுமையா வார்ன் பண்ணிட்டுதான் அங்கே வந்தாங்க. நீ ஜூடியைக் கடத்தி வெச்சிருக்கறதா சொன்னாங்க?"

"வாட் நான்சென்ஸ்... அவளை ஏன்டா நான் கடத்தணும்?"

"அவ பின்னால வேற ஏதோ பெரிய கதை இருக்கு. அவளும் அவளோட அம்மாவும் ஹை ப்ரோபைல் செக்யூரிட்டி வளையத்தில் இருக்கும் ஆளுங்களாம். அவ உண்மையில் யாருன்னு வெளியே தெரிஞ்சா அவ உயிருக்கே ஆபத்தாம். இதுக்கு மேல எதுவும் கறக்க முடியலை. பில்னு ஒரு ஆபீசர். மேற்கொண்டு கேட்டால் அடிப்பார் போல இருந்தது"

எனக்குத் தலை சுற்றியது. ஜூடி.. யாரடி நீ? ராகவனின் பக்கமிருந்து ஏதோ பெரிய சத்தம் கேட்டது.

“என்னடா அங்கே சத்தம்”

“டாய்லெட்ல இருக்கேன்டா... எனக்கு அப்போ எனக்கு வயித்தைக் கலக்கினது இன்னும் நிக்கலை. அவளை மறந்துடுடா யப்பா... நல்ல வேளை நாளைக்கு அவ கிளம்பிடுவா. அப்படியே கோடி கும்பிடு போட்டு அனுப்பி விட்டுடு” என்றான் ராகவன். பின்னணியில் ஃப்ளஷ் இயங்கும் ஓசை கேட்டது. நான் போனை வைக்கப் போனேன்.

“டேய் ஒரு நிமிஷம்”

“என்ன?”

“நீ பண்ணியிருக்க மாட்டே... ஆனாலும் கேக்கறேன். உங்களுக்குள்ளே எசகுபிசகா எதுவும் நடந்துடலையே?”

நான் பதில் பேசாமல் இணைப்பைத் துண்டித்தேன். ஏற்கனவே அதிர்ச்சியில் இருப்பவனை ஏன் கொல்ல வேண்டும்?

ஜூடி 03

அதன் பிறகு நான் என் வீட்டை விட்டு நகரவில்லை. ஜூடி இன்னும் என்னோடு இருப்பது போலவே உணர்ந்தேன். ஏதோ ஒரு வகையில் அவள் அங்கிருந்து இன்னும் வெளியேறாமல் இருந்தாள். அவள் என்னை நோக்கி வீசிவிட்டுச் சென்ற சொற்கள் அங்கே இன்னும் உலவிக் கொண்டிருந்தன. என்னை எல்லா வகையிலும் நிர்வாணமாக்கி என் முன்னால் நிறுத்திவிட்டுச் சென்றிருந்தாள். கதவைக் கூட திறக்கவில்லை. கதவைத் திறந்தால் மிச்சமிருக்கும் அவள் வெளியேறி விடுவாளோ என்று பயந்தேன்.

ஜூடி என்ற பெயரின் பின்னால்தான் திரிகிறேனா நான்? அதுதான் உண்மையா? அவள் சொன்னது போல் ஒருவேளை அவள் பெயர் மேண்டி அல்லது ஜெஸ்ஸி என்று இருந்திருந்தால் அவளையும் வேறு பெண்கள் போல கடந்து சென்றிருப்பேனோ? இத்தனை தூரம் நேசித்திருக்க மாட்டேனோ?

எனக்கு அவளை மொபைலில் அழைக்க வேண்டும் என்று கூடத் தோன்றவில்லை. அசையாமல் படுக்கையில் கிடந்தேன். வெளியே எல்லாம் ஓய்ந்திருந்தது. ஆனால் எங்கு பார்த்தாலும் வெண்மையாகப் பனி. குளிர் பிரதேசங்களில் பெய்யும் மழைதான் பனி என்பதே இங்கே வந்து சில மாதங்கள் கழித்துத்தான் எனக்குப் புரிந்தது. முதலில் ஏரிகள் மெல்ல உறையத் தொடங்கும். பிறகு நதிகள். நதிகளும் உறையும் சூழலில் வேறு எதுவும் உறையாமல் தப்பிக்க முடியாது.

யாரிடமாவது பேச வேண்டும் போலத் தோன்றியது. இரண்டாம் ஜூடிதான் நினைவுக்கு வந்தாள். மெல்ல எனது ஐபேடைத் திறந்தேன். ஃபேஸ் டைமில் அழைத்தபோது அனிலாதான் எடுத்தாள்.

"ஹாய் அனிலா..."

"ஹாய் அங்கிள்.. எப்படி இருக்கீங்க? லாங் டைம்"

சம்பிரதாயத்துக்கு அவள் படிப்பு குறித்து விசாரித்தேன். கடைசியில் ஜூடி அவளைச் சேர்க்க வேண்டும் என்று ஆசைப்பட்ட கல்லூரியில் அனிலா சேரவில்லை. தனக்கு விருப்பமான படிப்பில் குறைந்த செலவில் சேர்ந்திருந்தாள். ஆனால் ஜூடி எதிர்பார்த்தது போல் மகிழ்ச்சியாக இருந்தாள்

"குட்.. அம்மா இல்லையா?"

என் குரலிலிருந்தே அவளுக்கு ஏதோ சரியில்லை என்று பட்டிருக்க வேண்டும்.

"ஈஸ் எவ்ரிதிங் ஆல்ரைட்?"

"யெஸ் யெஸ்..." என்றேன். என் குரல் எனக்கே சமாதானமாகவில்லை..

"இருங்க.. அம்மாவைக் கூப்பிடறேன்" என்றபடி திரையை விட்டு வெளியேறினாள் அனிலா.

ஐபேட் பேட்டரி கிட்டத்தட்ட கடைசிப் புள்ளியில் சிவப்பாக நின்றது. எட்ட இருந்த சார்ஜரை எடுக்க முயன்றபோது என் கை பட்டு டீபாயிலிருந்த தண்ணீர் பாட்டில் விழுந்து உருண்டு ஓடியது. அதை எடுக்கக் குனிந்தபோது என் கண்ணில் அது பட்டது. மூன்றாம் ஜூடியின் கைக் கடிகாரம். ஆப்பிள் வாட்ச். சோபாவுக்கு அடியில் கிடந்தது. கீழே மண்டியிட்டுப் படுத்து கை நீட்டி அதை எடுத்தேன். அதை அவள் கழற்றி விட்டெறிந்த தருணம் நினைவுக்கு வந்து தொலைத்தது.

இன்னும் இரண்டாம் ஜூடி வீடியோ அழைப்பில் வந்திருக்கவில்லை. அழைப்பைத் துண்டித்தேன். என்னிடம் ஒரு நிதானமும் தெளிவும் வந்திருந்தது.

ஜூடியின், இல்லை அந்தப் பெயர் தெரியாத யாரோ ஒருத்தியின் கடிகாரத்தைக் கையில் எடுத்துக் கொண்டு எழுந்தேன். உடை மாற்றிக் கொண்டு வீட்டைப் பூட்டிவிட்டுக் கிளம்பினேன். பன்னிரண்டு மணிக்கு ஃப்ளைட் என்று அவள் சொல்லியிருந்தது நினைவுக்கு வந்தது. நான் கிளம்புவது சற்றுத்

தாமதம்தான் என்றாலும் அவளைப் பிடித்துவிட முடியும் என்று தோன்றியது.

அவளிடம் என்ன பேசி எப்படி சமாதானம் செய்யப் போகிறேன் என்று தெரியவில்லை. ஆனால் அவள் என்னைப் பார்க்காமல் கிளம்பிவிடக் கூடாது என்பதில் மட்டும் உறுதியாக இருந்தேன். என்னுடைய காரை காரேஜிலிருந்து வேகமாக வெளியே எடுத்தேன்.

ராகவனும் ஜோதியும் காரில் வந்து இறங்கினார்கள். அவர்கள் முகத்தில் கவலை. நானும் காரை நிறுத்தி இறங்கினேன். நேற்றைய இரவின் மீதமிருந்த குளிர் மறுபடி முகத்தில் அறைந்தது.

"பிரபு.. எங்கேடா கிளம்பிட்டே?" என்றான் ராகவன் மூச்சிரைக்க.

"விளக்கமா சொல்ல நேரம் இல்லை. ரெண்டு பேரும் வீட்டைத் திறந்து உள்ளே இருங்க... நான் வந்துடறேன்..."

"டேய் அதுக்கு நாங்க எங்க வீட்லயே இருந்திருப்போமே.. அய்யோ பாவம்னு உன்னைப் பாக்க புள்ளைங்களை விட்டுட்டு வந்தா நீ எங்கேடா போறே?"

"அவளைப் பாக்கறதுக்குத்தான்"

ராகவன் அதிர்ச்சியடைந்தான். பின் குழம்பினான். உதவிக்கு ஜோதியைத் திரும்பிப் பார்த்தான். எல்லாம் உன்னால்தான் என்பது போல கைகட்டி நின்ற அவள் முகம் சலனமற்று இருந்ததும் மறுபடி என்னை நோக்கித் திரும்பினான்.

"உனக்கென்ன பைத்தியமாடா?"

"வாட்சை விட்டுட்டுப் போயிட்டாடா..."

"ஏன் அது அவ்வளவு முக்கியம்னா அவ வந்து வாங்கிக்க மாட்டாளா? நீ இப்ப எதுக்குப் போறேன்னு தெரியும். ஆனா அவ வேணாம்டா உனக்கு... விட்டுடு"

"ஜஸ்ட் பாத்து குட் பை மட்டும் சொல்லிட்டு வந்துடறேன்"

"டேய்.. அவ சொந்த அப்பாவையே ஜெயிலுக்கு அனுப்பினவ.

உன்னை என்னவெல்லாம் செய்வான்னு தெரியாது"

இது எனக்குப் புதிய செய்தி என்று அவனும் என் முகத்திலிருந்து புரிந்து கொண்டான்.

"அப்பாவையா?"

"ஓ.. மேடம் இதையெல்லாம் சொல்லலையோ?"

"முழுசா சொல்லலை. யாரையோ ஜெயிலுக்கு அனுப்பிட்டதா சொன்னா. யாரோ பெரிய ஆளுன்னு சொன்னா"

"பெரிய ஆளுன்னா.. பெரிய்ய்ய ஆளு... பெரிய பிசினஸ், பெரிய மாபியா, பெரிய அரசியல். இப்படி... ரபேல் அகினோன்னு நெட்ல தேடிப் பாரு"

அவசரமாக என் மொபைலை எடுத்துத் தேடினேன். தனியாக விக்கிபீடியா பக்கம் இருக்கும் அளவுக்கான ஒரு நபர். இப்போது ஒரு வழக்கில் 120 ஆண்டுகள் சிறையில்.

"டிரக் மாபியா, வெப்பன் அப்படின்னு வெளியே செஞ்ச தப்புக்காகவெல்லாம் அவனை உள்ளே தூக்கி வெக்க முடியலை. இது செக்சுவல் ஹராஸ்மென்ட் கேஸ். வீட்டுக்குள்ள மூணு பொண்ணுங்களை வருசக்கணக்கா அடைச்சு வெச்சு. அதுல ஜூடியோட அம்மாவும் ஒருத்தி. ரபேலுக்கு மூணாவது மனைவி. தைரியமா கேஸ் கொடுத்து போலீசுக்கு ஒத்துழைச்சிருக்கா. இன்னிக்கு தேதிக்கு அந்த மாபியாவோட ஹிட் லிஸ்ட்ல மெயின் அவதான். ஜூடி அடுத்தது. இதெல்லாம் அந்த போலீஸ் ஆபீசர் இப்போ ஃப்ரண்ட்லியா சொன்னது. அவரைப் போய் பாத்துட்டுதான் வரோம். அவர்தான் உனக்கும் அட்வைஸ் பண்ணச் சொன்னார். நாம சாத்வீகமான சாஃப்ட்வேர் ஆளுங்கடா. மாபியா, துப்பாக்கி எல்லாம் உடம்பு தாங்காது"

ஜோதி ஆதரவாக என் தோள் மீது கை வைத்தாள்.

"வேணாம் பிரபு. இனிமேல் அவளை உன்னால பாக்கவும் முடியாதுன்னு அந்த பில் சொல்றார். அவளை இப்படி தேடிப் போறது கூட சட்டப்படி தப்புங்கறார். அப்படியே போனாலும் உன்னை போலீஸ் அவ பக்கத்துலயே விட மாட்டாங்க"

ராகவன் தன் இறுதி அஸ்திரத்தை வீசினான்.

“சொல்லப்போனா அவ உண்மையான பேரு ஜூடி கூட இல்லை. ஆனா அது என்னன்னு எந்த நியூஸ்லயும் போடலை. இத்தாலி மீடியா ரொம்ப டீசன்ட் போல”

நான் எந்த சமாதானத்தையும் கேட்கத் தயாராக இல்லை. இவளையும் மற்ற ஜூடிகளைப் போல இழக்க நான் தயாராக இல்லை. இவள் ஜூடியாக இல்லாவிட்டாலும்.

“உனக்கு வீட்டோட பாஸ்கோட் தெரியும்ல. உள்ளே போய் இருங்க. எனக்கு ஒரே ஒரு தடவை அவளைப் பாக்கணும். அவ்வளவுதான்”

ராகவன் மறுபடி கோபமாக ஏதோ சொல்லப் போனான். ஜோதி அவனைத் தடுத்தாள்.

“ஹனி... அவன் போகட்டும்” என்றாள்.

அவசரமாக என் காரைக் கிளப்பி விரைந்தேன். நேரமில்லை.

ஜூடி 03

காரை ஓட்டிக் கொண்டே ஜூடி தங்கியிருந்த ஹோட்டலின் வரவேற்பு மேசைக்கு போன் செய்தேன். அவள் அரை மணி நேரம் முன்பாக செக் அவுட் செய்துவிட்டதாக சொன்னது அந்த ஆண் குரல். ஹோட்டலிலிருந்தே டாக்ஸி ஏற்பாடு செய்து தந்ததாக சொன்னான் அவன்.

"கரெக்டா எப்போ கிளம்பினாங்கன்னு சொல்ல முடியுமா?"

"தெரியலையே"

"ப்ளீஸ்"

பக்கத்தில் யாரிடமோ விசாரித்தான்.

"இருபது நிமிடங்கள்"

"நன்றி"

அப்படியானால் நான் வலது பக்கம் திரும்ப வேண்டும். அவளுடைய மொபைல் எண்ணை அழைத்தபோது ஸ்விட்ச் ஆஃப் என்று தெரிந்தது. இப்போது அடுத்த பிரச்னை. அவள் எங்கே போகிறாள் என்று தெரியும். 12 மணிக்கு விமானம் என்று தெரியும். ஆனால் எந்த விமான நிலையம் என்று தெரியவில்லை.

அலுவலகத்தில் டிராவல் டெஸ்க் துறையில் வேலை செய்யும் டாம் உதவினான்.

"லண்டனுக்கா... அந்த நேரத்தில் என்றால் நெவார்க் ஏர்போர்ட். ஆனால் நேற்றைய புயலால் சாலையில் போக்குவரத்துத் தடைபாடுகள் இருக்கலாம். கவனம்"

ஜூடி என் வீட்டுக்கு வந்தது முதல் இந்த நிமிடம் வரை ஒரு

அழகிய நெடுங்கனவு போல இருந்தது. இப்போது அவளிடம் சென்று பேசுவதால் எதுவும் மாறிவிடப் போவதில்லை. ஆனால் இப்போது அவளைப் பார்க்காமல் விட்டுவிட்டால் அந்தக் கனவு முற்றுப் பெறாமல் அப்படியே கலைந்து விடும் என்ற அச்சம் எனக்கு வந்திருந்தது. எனக்கு மீண்டும் அவள் முகத்தைப் பார்க்க வேண்டும். அந்தக் கண்களின் ஆழத்தில் மீண்டும் மூழ்கவேண்டும்.

போக்குவரத்து இன்னும் முழுமையாக சீரடைந்திருக்கவில்லை. ஆங்காங்கே பனி குவிந்திருந்தது. பல இடங்களில் அவற்றை சாலையிலிருந்து அகற்றும் பணிகள் நடைபெற்றுக் கொண்டிருந்தபடியால் வாகனங்கள் பளிச்சிடும் பின் பக்க விளக்குகளுடன் ஊர்ந்து நகர்ந்து கொண்டிருந்தன. என் முன்னால் தேங்கியிருந்த போக்குவரத்தில் ஏதோ ஒரு வாகனத்தில் அவளும் இருக்கக்கூடும்.

விரைவில் போக்குவரத்து வேகமெடுக்கத் தொடங்கிவிட்டது. அத்தனை வேகமாக நான் அதுவரை என் காரை ஓட்டியதே இல்லை. எத்தனை வண்டிகளை முந்தியிருப்பேன் என்று கணக்கே இல்லை. பல ஓட்டுநர்களின் பிறப்பை சந்தேகிக்கும் கெட்ட வார்த்தைகளை சரமாரியாக உதிர்த்துக் கொண்டிருந்தேன். நல்ல வேளையாக போக்குவரத்துக் காவலர்களிடம் மாட்டவில்லை.

அவளை சந்திக்க ஒரே ஒரு சிறிய வாய்ப்பு மட்டுமே இருக்கிறது. ஏர்லைன்ஸ் செக் இன் செய்யும் இடம். அவளுக்கு முன்பாக நான் அங்கே செல்ல வேண்டும். இல்லாவிட்டால் அதன் பிறகு எப்போதும் அவளைப் பிடிக்க முடியாது. நான் ஒவ்வொரு டாக்சியாக முந்தும்போதும் உள்ளே அவள் தெரிகிறாளா என்று உற்றுக் கவனித்தேன். அது ஒரு டொயோட்டா பிரியஸ் என்று அந்த ரிஷப்ஷனிஸ்ட் சொல்லியிருந்தான்.

கூரையில் பனிபடர்ந்த நெவார்க் விமான நிலையத்தின் கட்டிடம் என் முன்பாக எழுந்து அருகே வரத் தொடங்கியது. பார்க்கிங்கில் இடமில்லாமல் சில நிமிடங்கள் அலைய விட்டார்கள். டாக்சிகளுக்கு இந்த இம்சை இருக்காது. அது

மேலும் என்னைத் தாமதமாக்கியது. எப்படியோ ஒரு இடம் கிடைத்ததும் எனது காரை செருகிவிட்டு ஓடினேன். பிரிட்டிஷ் ஏர்வேஸ் கவுண்டர். டாம் சொன்ன விமானத்தின் செக் இன் இன்னும் நடந்து கொண்டுதான் இருந்தது. ஆனால் அங்கு நின்ற வரிசையில் ஜூடி இல்லை. ஒரு முறைக்கு இரண்டு முறை உற்றுப் பார்த்தேன். அவள் இல்லை. செக் இன் முடியப் போகும் தருவாயில் இருந்தது.

ஒரு வேளை செக் இன் முடிந்து உள்ளே பாதுகாப்பு சோதனைக்குப் போயிருப்பாளோ? அப்படி இருந்தால் அவளை இனி பார்க்கவே முடியாது. பிரிட்டிஷ் ஏர்வேஸ் சிப்பந்தி ஒருவனைப் பிடித்தேன். ஒரு பயணி குறித்த விவரம் வேண்டுமென்று நான் கேட்டதை அவன் ரசிக்கவில்லை.

"மன்னியுங்கள். எங்கள் பாலிஸிக்கு எதிரானது அது" என்று புன்னகையோடு சொல்லிவிட்டு அடுத்த வாடிக்கையாளரை நோக்கி நகர்ந்தான்.

சோர்வாக நான் திரும்பியபோதுதான் அவள் என் கண்ணில் பட்டாள். கையில் போர்டிங் பாஸ்களை வைத்து சரி பார்த்தபடி தன்னுடைய சிறிய சூட்கேஸை இழுத்துக் கொண்டு. ஸ்வெட்டர் ஒன்று அவள் கழுத்தில் உப்பு மூட்டை ஏறுவது போல் தொங்கிக் கொண்டிருந்தது. பாதுகாப்பு சோதனைக்கு இட்டுச் செல்லும் நகரும் படிகளை நோக்கி நடந்து கொண்டிருந்தாள்.

"ஜூடி.. நில்லு"

உரக்க அழைத்தபடி அவளை நோக்கி ஓடத் தொடங்கினேன். நான் நெருங்கும்போது அவள் எஸ்கலேட்டர் அருகே சென்றுவிட்டாள்.

"ஹேய் பிரபு"

அவள் முகத்தில் ஒரு திடீர் மகிழ்ச்சி. மலர்ந்து சிரித்தாள். அந்த சிரிப்புக்காக அவளோடு உலகின் கடைசி எல்லை வரை செல்ல நான் தயாராக இருந்தேன்.

ஆனால் எதையோ உணர்ந்தது போல் அவள் முகம் அப்படியே மாறியது. மீண்டும் திரும்பி எஸ்கலேட்டரை நோக்கி சென்றாள். நான் அவள் கையைப் பிடித்து நிறுத்தினேன்.

"நான் சொல்றதைக் கொஞ்சம் கேட்டுட்டுப் போ"

"இல்லை பிரபு. நான் போகணும்" ஆனால் அவள் குரலில் முன்பு இருந்த உறுதி இல்லை.

"நீ போ ஜூடி... ஆனால் நீ எங்கே போனாலும் நான் உன்னைத் தேடி வருவேன்" என்றேன் உரக்க.

ஜூடி பதில் சொல்வதற்கு முன்பாக என் பின்னால் கரகரத்த குரல் ஒன்று ஒலித்தது.

"அதை நான் அனுமதிக்க முடியாது நண்பரே"

ஒரு பெரிய பீரோ போல ஆஃபீசர் பில் நின்று கொண்டிருந்தார். என்னுடைய தோள்பட்டையை உறுதியாகப் பற்றினார்.

"அவளை விடு" என்றார். அங்கே இருந்த பயணிகள் சிலர் இந்த நிகழ்வை வேடிக்கை பார்க்கத் தொடங்கினார்கள். நான் ஜூடியைப் பிடித்திருந்த கையை மெல்ல விடுவித்தேன்.

"லிசன் பிரபு. இது ஒரு இன்டர்போல் விவகாரம். அவளுக்கு எந்த ஆபத்தும் இல்லாமல் விமானம் ஏற்றுவதுவரை உள்ளூர் அதிகாரியான என் கடமை. ஒரு காவல் அதிகாரியின் கடமைக்குக் குறுக்கே வர மாட்டாய் என்று நினைக்கிறேன்"

"ஆபீசர்.. ஒரு ஐந்து நிமிடங்கள். அவ்வளவுதான்"

"சாரி மிஸ்டர் பிரபு. அதை நான் அனுமதிக்க முடியாது. இதற்கு மேல் முரண்டு பிடித்தால் உன்னைக் கைது செய்ய வேண்டியிருக்கும்"

இன்னும் கொஞ்சம் கூட்டம் கூடியிருந்தது.

"பிரபு.. டோண்ட் கிரியேட் அ சீன். தயவு செஞ்சு போயிடு" என்றபடி எஸ்கலேட்டரை நோக்கி நடக்கத் தொடங்கினாள் ஜூடி. நான் அவளை நோக்கி நகர முயன்றபோது பில்லின் பிடி இறுகியது. அவருடைய இன்னொரு கை இடுப்பிலிருந்த துப்பாக்கியை நோக்கி நகர்ந்தது. சுட்டுவிடுவாரோ? ஒரு பெருமூச்சுடன் நான் என்னைத் தளர்த்திக் கொண்டேன்.

ஜூடி மெல்ல நடந்து சென்று எஸ்கலேட்டர் அருகே சென்றாள். அதில் ஏறவில்லை. கடைசியாக ஒரு முறை

என்னைத் திரும்பிப் பார்த்தாள். அந்தப் பார்வைக்காக நான் உயிரையும் விடத் தயாராக இருந்தேன்.

"சார்.. ஒரே ஒரு நொடி. அவள் தன்னுடைய ஆப்பிள் வாட்சை என்னுடைய வீட்டில் விட்டு வந்துவிட்டாள். அதை மட்டும் நான் கொடுத்து விடலாமா?"

நான் ஏதோ நாடகம் செய்வதாக அவர் நினைத்திருக்கக் கூடும். அவர் பிடி மீண்டும் இறுகியது. ஜூடி இன்னும் நின்று கொண்டிருந்தாள்.

பாக்கெட்டில் இருந்து வாட்சை எடுத்து அவர் முகத்தின் முன்பாக தொங்கவிட்டேன்.

"வேண்டாம். நீங்களே கொடுத்து விடுங்கள். நான் இங்கேயே நிற்கிறேன்"

பில் எரிச்சலோடு அதை என் கையிலிருந்து வாங்கிக் கொண்டார். சற்றே கனத்த உடலைத் தூக்கியபடி நடந்து சென்று ஜூடியிடம் அதைக் கொடுத்தார். அவள் வாங்கிக் கொண்டு என்னை நிமிர்ந்து பார்த்தாள்.

"தேங்க் யூ" என்றபடி உதடு குவித்து ஒரு முத்தத்தை என் பக்கம் அனுப்பினாள். பில் திரும்பி வந்து என் அருகே அசைவின்றி நின்றார்.

"அவளை அவ்வளவு நேசிக்கிறாயா?" என்றார்.

"ஆமாம்"

"அழகிதான். மிகவும் தைரியமானவள். ஆனால் உனக்கு அதிர்ஷ்டமில்லை" என்றார்.

ஜூடி எஸ்கலேட்டரின் இறுதிப் படிகளில் இருந்தாள். உச்சியில் சென்று தயங்கி நின்றாள். திரும்பிப் பார்த்தபோது பில் பொறுமையில்லாமல் கையசைத்தார். நிற்காதே போய்க்கொண்டே இரு என்பது போன்ற ஒரு சைகையில். அவள் போக மனமில்லாதது போல் தயங்கி நின்றாள்.

"அவளும் உன்னை நேசிக்கிறாள் என்று நினைக்கிறேன்" என்றார். தன் உலக்கை போன்ற கரத்தால் என் தோளில் தட்டியபடி.

ஷான் கருப்பசாமி

"ஆனால் அவளை நீ பார்ப்பது இதுவே கடைசியாக இருக்கட்டும். அதுதான் உங்கள் இருவருக்குமே நல்லது" என்று சேர்த்துக் கொண்டார்.

இதை சொல்லும்போது அவரை திரும்பிப் பார்த்தேன். அவர் கண்களில் இப்போது கடுமை மறைந்து ஒரு கனிவு தெரிந்தது. ஜூடியை திரும்பிப் பார்த்தேன். அவள் மறைந்திருந்தாள்.

ஜூடி 03

விமானநிலையத்திலிருந்து நான் வீடு திரும்பியபோது ராகவனும் ஜோதியும் சோபாவில் அமர்ந்திருந்தார்கள். அவர்களுக்குள் ஏதோ ஒரு வாக்குவாதம் போய்க் கொண்டிருந்தது. ஜோதியின் முகத்தில் கோபம் தெரிந்தது. வழக்கம் போல ராகவன் திட்டு வாங்கிக் கொண்டிருந்தான்.

"நீ ஒரு விவஸ்தை கெட்டவன் ராகவா"

"என்ன பிரச்னை?"

"அவன் கிடக்கிறான் லூசு... உன் பெட்ரூம்ல எல்லாம் போய் டிடெக்டிவ் வேலை பாத்துட்டு இருக்கான். யூ ஆர் டிஸ்கஸ்டிங் ராகவன்"

"நான் எதுக்கு அதெல்லாம் பண்றேன்? நம்ம பையனை நாமதானே பாத்துக்கணும்.. போன்ல கேட்டப்போ இவன் எதுவுமே சொல்லலை.. அதான்"

"அங்கே என்னடா பாத்தே?"

"படுக்கை விரிப்பு கலைஞ்சிருக்கான்னு பாத்தேன்"

"தூங்கி எழுந்திருச்சா கலையத்தானே செய்யும்?"

"அய்.. தூங்கும்போது கலையறதுக்கும் தாங்கும்போது கலையறதுக்கும் வித்தியாசம் இருக்குடா" என்றான் ராகவன்.

"ஈவ்" ஜோதி வாந்தி வருவது போல சைகை செய்தாள்.

"சரி.. என்னடா கண்டுபிடிச்சே?" என்றேன் புன்னகையுடன்.

"அங்கே எதுவுமே நடக்கலைன்னுதான்" என்றான் ராகவன் சற்று ஏமாற்றமாக.

“கரெக்ட்”

“பாத்தியா நான் சொல்லலை?” என்றான் ஜோதியைப் பார்த்து.

“ஏன்னா அது அங்கே நடக்கலை” என்றேன். ராகவன் வாய்க்கு அருகே கொண்டு சென்ற தண்ணீர் பாட்டிலைப் பாதியில் நிறுத்தினான்.

“பின்னே?”

“நீ ஆணி அடிச்ச மாதிரி உட்கார்ந்திருக்கியே.. அந்த இடத்தில் அந்த கௌச்லதான் நடந்தது”

ராகவன் பதறி அடித்து எழுந்தான். தண்ணீர் பாட்டில் தெறித்து விழுந்தது. ஜோதி வெடித்து சிரிக்கத் தொடங்கினாள்.

“அப்புறம் இந்த இடத்தில் தரையில்... அப்புறம் அந்த டேபிள்... அப்புறம்”

“போதும்... போதும்.. ஸ்டாப்..” என்றபடி ராகவன் காதுகளைப் பொத்திக் கொண்டான்.

நானும் ஜோதியின் சிரிப்பில் இணைந்து கொண்டேன். எங்கள் இருவரையும் கோபமாகப் பார்த்தான் ராகவன்.

“ஒரு நிமிஷம் இரு... நீ கதைப்படி இப்போ சோகமாத்தானே இருக்கணும்? போனது என்னடா ஆச்சு?”

நான் பெருமூச்சு விட்டபடி நடந்ததை சொன்னேன்.

“பில் அங்கே இருந்தார். இனிமேல் அவளை நான் பாக்க முடியாதுன்னு சொன்னார். வாட்ச்சை மட்டும் கொடுத்துட்டு வந்தேன். அவளுக்குப் போகவே மனசில்லடா. அது நல்லாவே தெரிஞ்சது எனக்கு. ஆனா ஒண்ணும் பண்ண முடியலை”

எழுந்து வந்து என் அருகில் அமர்ந்து என் முதுகில் ஆதரவாகக் கை வைத்தாள் ஜோதி.

“ஃபீல் பண்றியா பிரபு”

“இல்லை ஜோதி. ஜோடிகளை விட்டுப் பிரியறது எனக்கு ஒரு வகையில் பழகிடுச்சு. ஆனா இந்த முறை நிஜமாவே அவளை விட்டுப் பிரியப் போறதில்லை. உலகத்தில் எந்த மூலைக்குப் போனாலும் அவளை நான் தேடிக் கண்டுபிடிச்சிடுவேன்”

"ஆமா... நீ பார்ட் டைம்ல ஜேம்ஸ்பாண்ட் இல்ல? மறந்துட்டேன்" என்றான் ராகவன் கிண்டலாக.

"பிரபு.. அவ ஐடியா இருக்கும்போதே அவளைப் பத்தி எதுவும் கண்டுபிடிக்க முடியலை. இப்போ அந்தப் பேரையும் இந்த வேலையையும் அவ மாத்திக்குவான்னு பில் சொல்றார். சோசியல் மீடியாவுக்கு அவ வரவே கூடாது. அவ கால்ஸ் எல்லாமே மானிட்டர் பண்ணுவாங்க அப்புறம் எப்படிடா கண்டுபிடிப்பே? அவளாவே உன்னைத் தேடி வருவான்னு நம்பறியா?"

"அவ நிச்சயம் வரமாட்டா... ஆனா நான் தேடி வரணும்னு எதிர்பாத்துட்டு இருப்பா..."

"யப்பா டேய்.. அவ வந்தா போயிட்டா.. அவ்வளவுதான். கிடைச்ச வரைக்கும் சந்தோஷப்பட்டுட்டு அடுத்த ஆளைப் பாரு"

ஜோதி ராகவனைப் பார்வையாலேயே அடக்கினாள்.

"பிரபு.. நீ எதை வெச்சு இவ்வளவு நம்பிக்கையோட இருக்கே? புரியலை"

நான் நிதானமாக சோபாவில் சாய்ந்து அமர்ந்து கொண்டேன். பாக்கெட்டிலிருந்து ஒரு ஆப்பிள் வாட்சை எடுத்தேன்.

"இது அவளோட ஆப்பிள் வாட்ச்" என்றேன்.

"அப்போ நீ அங்கே கொடுத்துட்டு வந்தது?"

"அது அவளோடது இல்லை. என்னோடது"

"ஏன் ஒரு ஞாபகமா வெச்சிருக்கட்டும்னு உன்னுடையதைக் கொடுத்துட்டு இதை எடுத்துட்டு வந்துட்டியா?" என்றாள் ஜோதி.

ஆனால் ராகவனுக்குப் புரிந்துவிட்டது. குதூகலமாகி விட்டான். எழுந்து வந்து என்னை கட்டிக் கொண்டான்.

"அடேய்.. ஃப்ராடு... அயோக்கியப் பயலே... க்ரிமினல்டா நீ..."

ஜோதிக்கு எதுவும் புரியவில்லை.

“ரெண்டு பேரும் கொஞ்சம் எனக்குப் புரிய வெச்சுட்டு அப்புறம் ரோமான்ஸ் பண்ணிக்கறீங்களா?”

“புரியலையா? இவனோட ஆப்பிள் வாட்ச் அவகிட்டே இருக்கு. அவ உலகத்துல எங்கே போனாலும் எந்தப் பேர்ல போனாலும் அவளோட லொக்கேஷன் ட்ராக் பண்ண முடியும்”

என்னுடைய ஐபோனில் இருந்து ‘ஃபைன்ட் மீ’ செயலியைத் திறந்து காட்டினேன். ஆனால் வாட்சில் பேட்டரி சார்ஜ் இல்லை. தவிர இப்போது அவள் வானத்தில் பறந்து கொண்டிருப்பாள். ஜிபிஎஸ் வேலை செய்யாது.

ஜோதிக்கு இப்போது புரிந்தது.

“ஆனா அவ அதைத் தூக்கி எறிஞ்சுட்டான்னா? இல்லை சார்ஜ் போடாம வெச்சிருந்தா?”

ராகவன் காற்றுப் போனது போலானான்.

“ஏம்மா... உனக்கு நல்லதாவே யோசிக்க வராதா? ஒரு லவ் ஸ்டோரியை இப்படியா ஈவிரக்கமில்லாம செதைச்சுப் பாக்கறது?”

எனக்கு அத்தனை கவலை இல்லை. நான் தெளிவாக இருந்தேன்.

“ஜோதி.. அப்படி அவ அந்த வாட்சைத் தூக்கிப் போட்டுட்டுப் போயிருந்தா அவளுக்கு என் மேல விருப்பம் இல்லைன்னு தெளிவாயிடும். ராகவன் எனக்கு வேறொரு பொண்ணு பாத்துக் கொடுப்பான்”

அவன் ஆளை விடு என்பது போல் கையெடுத்துக் கும்பிட்டான். ராகவனும் ஜோதியும் அதன் பிறகு மேலும் சிறிது நேரம் பேசிக் கொண்டிருந்துவிட்டு கிளம்பிச் சென்றுவிட்டார்கள்.

அவர்கள் சென்ற பிறகு இனம் புரியாத ஒரு தனிமை என்னைச் சூழ்ந்து கொண்டது.

எனக்கு வேறு வேலை எதுவும் ஓடவில்லை. ஜூடியைத் தவிர எதுவுமே நினைவில் இல்லை. இருட்டி விட்டது. இதோ நிமிடத்துக்கு ஒரு முறை ஃபைண்ட் மீ செயலியைப் பார்த்தபடி

கடந்த பத்து மணி நேரமாக அமர்ந்திருக்கிறேன். இது வரை என்னுடைய வாட்ச் அந்த மேப்பில் தோன்றவில்லை.

விமானம் இப்போது இறங்கியிருக்கும். ஒரு வேளை அவள் உடனே செய்யாமல் பத்து நாட்கள் கழித்து வாட்சை சார்ஜ் செய்தால்? பத்து வாரங்கள் கழித்து செய்தால்? இல்லை பத்து மாதங்கள்?

ஆகட்டும். நான் காத்திருக்கப் போகிறேன்.

★ இப்போதைக்கு முற்றும் ★